PRAISE FOR

Drivers' Ed
Para Sa Kaalaman

"Nagustuhan ko ang iyong librong Drivers' Ed for the Brain. Tinulungan akong buksan ang aking isipan at mag-isip ng mahinahon kapag parang naiinis o nagagalit para kumalma. Tulad ng paglilipat bahagi ng gear. Tulad ng kapag iniisip mo ang iyong galit ay parang nakaupo ka sa 1st gear. At napan-sin kong marami akong ginagawa. Kaya kapag libre ako tiyak na magtatrabaho ako sa pamamagitan ng paggamit ng aking isip at katawan. Isa pa, gusto ko ng kopya ng libro! Ito ay lub-hang kapaki-pakinabang. Baka magsulat ka ng iba. Pero pata-galin mo pa."

**— 17 taong gulang na batang babae
sa isang juvenile detention facility**

"Personal kong ginamit ang roadmap upang mapagtanto na ako ay nalihis ng kalsada at ginamit ang mga gears para isentro ang sarili ko."

**—17 taong gulang na batang lalaki
sa isang juvenile detention facility**

"Ako ay isang tagapayo sa isang substance abuse disorder clinic at ginagamit ng Drivers' Ed for the Brain kasama ng aking mga pasyente. Ang format ay madaling maiugnay sa aking mga pasyente at nakakatulong ito na mapabuti ang kanilang buhay. Mas nagagawa nilang i-navigate ang mahirap at emosyonal na landas na dumaranas ng pagkagumon, kapag inilapat nila ang mga simpleng gamit na ito. Irerekomenda ko ang aklat na ito sa sinumang naghahanap ng bagong paraan upang mag-navigate sa daan ng buhay."

— Dianna Murphy, LSW

"Maraming salamat sa pagpapadala sa akin ng kopya ng Drivers' Ed for the brain (DEFTB). Nakipaglaban ako sa PTSD, na pormal na na-diagnose sa loob ng mahabang panahon. Nakapunta na ako sa 9 na iba't ibang therapist, 2 psychiatrist, sinubukan ang EMDR therapy, at kahit na ipinasok sa isang pasilidad ng kalusugang pangkaisipan sa maikling panahon. Sinubukan ang iba't ibang uri ng therapy sa iba't ibang lugar, at sa mga tao mula sa iba't ibang antas ng pamumuhay, hindi ko parin mahanap ang isang mas interactive, kapaki-pakinabang, at matulungin kagamitan kaysa sa DEFTB. Lalong nagiging abala ang buhay, maging mahirap na mapanatili ang pare-pareho ang iskedyul sa sinuman therapist. Pinahintulutan ako ng aklat na ito na ipagpatuloy ang aking therapy mula sa isang metacognitive na pananaw. Ang mga pagsasanay ay tumutulong sa akin na kumonekta at makabalik sa kasalukuyan; isang bagay na dati ay napakahirap para sa akin. Minsan pakiramdam ko ako ay isang lobo at nakalutang habang pinagmamasdan ang pagdaan ng buhay. Ang gamit na ito ay tinutulungan akong manatiling saligan. Sa mga oras na nagsisimula akong mag-overthink, tumira, o mag-panic, ang mga pagsasanay sa paghinga ay naging kahanga-hanga. Walang alam o naiintindihan ang nobyo ko sa loob ng 2 taon tungkol sa mental health bago ako makilala. Nagsusumikap talaga siya upang maunawaan kung saan ako nanggaling. Nang magsimula na akong mag-panic mayroon na siyang mga gamit para subukan at tulungan din ako. Ang DEFTB ay hindi lamang nakatulong sa akin, ngunit gayundin ang aking mga relasyon at pananaw sa mundo sa paligid ko."

— **Babaeng College Student**

"Pagkatapos basahin ang 'Drivers' Ed for the Brain' lumabas ako na ang pakiramdam ay tulad ng isang mas positibong tao na may napaka positibo at tiwala na pananaw sa aking kasalukuyang buhay. Sinasabi ko 'kasalukuyan' kasi isa sa pinakamalaking konseptong natutunan ko sa aklat na ito ay ang tumuon sa dito at ngayon. Mabuhay sa kasalukuyan at pahalagahan kung ano ang buhay at kung ano ang maiaalok nito. Gumawa ng mga koneksyon sa mga tao at makahanap ng kagalakan sa pamamagitan ng pagtulong sa ibang mga tao na makahanap ng kagalakan. Ako ay talagang nasiyahan sa aklat na ito at kung paano ito batay sa kuwento, ngunit nagawa nitong pagsamahin ang mahahalagang konsepto at ideya ng pamumuhay ng isang self-fulfilling na buhay sa isang napaka-kawili-wiling paraan upang makakuha ng pansin. Inirerekomenda ko ang aklat na ito sa halos kahit sino dahil ito ay talagang makakatulong upang tumingin sa nakalipas na ang base layer ng stress, galit, at iba pang negatibong kaisipan na makikita natin sa ating sarili, at makita na ang buhay ay puno ng maraming mas mahalagang mga bagay na higit na karapat-dapat sa ating mental na oras at lakas. Mas madaling maging masaya kaysa maging negatibo!"

— **Nick Parisi, Lalaking Estudyante sa Kolehiyo**

"Nakakatulong ng librong ito. Sa tingin ko na ang karamihan sa mga tao ay hindi alam kung ano ang hitsura ng isang malusog na estado ng pag-iisip. Kung ang isang tao ay nababalisa o nababahala sa halos buong buhay nila, maaring isipin nila na ito ay normal, at nararamdaman ito ng lahat. Ang materyal sa aklat na ito ay nagpapaliwanag kung ano ang isang malusog na mukha ng isip, at nagbibigay ng mga gamit para sa sinumang gustong makamit ang ganoong estado ng pag-iisip. Ang aking paboritong bahagi ng libro ay ang aral tungkol sa kalsada, at kung paano tayo dapat makapasok sa kasalukuyan at hindi nalalayo sa nakaraan o sa hinaharap. Ito ay talagang sumasalamin sa akin dahil kahit na ang nakaraan at ang hinaharap ay parehong mahalaga, ang kasalukuyan ay kung saan kailangan maging, o mami-miss natin ang ating buong buhay. Gusto ko rin ang pagkakatulad ng eroplano, dahil ipinapakita nito na may tama at maling paraan upang tingnan ang nakaraan at ang hinaharap."

— **Bynrose Foote, Babaeng Estudyante sa Kolehiyo**

"Gusto kong pasalamatan si Dr. Ryan Hulbert sa kanyang mahusay at epektibong gawain. Ipinagmamalaki ko ang aking kontribusyon sa trabaho kasama niya at natutunan mula sa kanya ang maraming ideya at paraan upang mamuno isip at mag-isip ng positibo. Lahat kami ay pinagsamang Arabong pangkat ng mga aralin para sa Drivers' Ed for the brain. Gumawa kami sa mga ideya ng mga aralin kaya nagustuhan namin ang pagtutulungan at gusto naming matuto mula sa kaibuturan ng aming mga puso. para sa akin, ang aking presensya sa karanasang ito ay itinuturing na isang regalo mula sa Diyos at ito ay isang karapat-dapat na pagkakataon. Sana lahat ng kung sino ang gumagawa ng mga aralin ay maraming sagot sa maraming tanong."

— Sura llyas (Mula sa Arabic Translation) Arabic Translator para sa isang Iraqi Women's group

"Natuwa ako sa libro. Bilang isang mambabasa gusto ko na maikli ang libro kaya parang magagawa mong tapusin ito kahit na hindi magkaroon ng maraming oras, na mahalaga sa aking abalang iskedyul. Sa tingin ko ang libro ay mahusay na nakaugnay sa mga lokal na katotohanan ng buhay. Pagdating sa U.S. naunawaan ko na ang pagmamaneho ay isang malaking bahagi ng buhay, at bilang kinailangan kong matutong magmaneho kamakailan sa aking sarili, ang pagkakatulad sa kotse at ang pagmamaneho ay napakadali sa aking bagong kaalaman. Nahanap ko na ang pinakamahusay na paliwanag ng mga benepisyo ng pagiging nasa kasalukuyan. Nakilala ko na hanggang ngayon. Bilang isang tagapayo, ako ay naghahanap kamakailan para sa mga halimbawa upang dalhin sa aking kliyente kung paano ang koneksyon ng ang katawan, isip at espiritu ay makakatulong sa kanya sa paglutas ng mga problemang sikolohikal. Sa aklat na natuklasan ko ang isang napakagandang mapagkukunan ng simple ngunit makapang-yarihang mga paliwanag na magagamit ko. Ang pinakapaboritong paraan ko sa paglilipat ng mga gears ay ang kumonekta sa kalikasan. Akala ko dati na kapag ibinaon ko ang aking sarili sa kalikasan, tumingin sa berdeng damo, mga puno, at fields, maaari akong bumalik sa aking sarili at makaramdam ng inspirasyon. Pero dahil lumipat ako sa States parang tumigil ito sa pagtatrabaho sa akin iba kasi ang sceneries dito. Wala akong mahanap ang parehong larawan saan man sa paligid. Pagbasa ng libro sinubukan ko ang pagsasanay at naunawaan na ang pinakamahalagang kahulugan para sa akin ay ang pang-amoy. Nagsimula akong maglaan ng mas maraming oras sa pagpapaahalaga sap ag-amoy. At bingo! Gumana ito."

— **Irina Chernyshkova, Tagapayo at**
Tagasalin ng aklat sa Russian

"Ang aklat na 'Drivers' Ed for the Brain' na isinulat ni Ryan J Hulbert, ay dahan-dahang isinasama ang mga mambabasa sa mga pagninilay sa napakalalim at walang malay na mga aspeto ng ating buhay, at kung minsan walang kahulugan na dinamika, automated na gawi, pag-iisip, pagkilos. Ito ang mga laro na nilalaro at pinipigilan tayo ng ating isip na naninirahan dito at ngayon, tamasahin ang sandali, yamanin kung ano ang mayroon tayo nang hindi gumagasta ng emosyonal na enerhiya upang malutas ang mga problema na hindi pa nangyayari, patuloy na pagsisikap na baguhin ang isang bagay na matagal nang nawala sa nakaraan. Ito ang laban sa mga 'wind mill' na pinapagod tayo, nang hindi nagbubunga ng anumang resulta.

Naka-hostage sa aming nakaraan at hinaharap, nalilimutan na tayo ay nabubuhay sa kasalukuyan. Kami ay nakatutok sa ating pang-araw-araw na gawain na kadalasan ay ginagawa natin ay hindi napapansin ang maraming magagandang bagay na naka-kaharap natin araw-araw, tulad ng amoy ng mainit na tsokolate, tawa ng bata, o mapaglarong kuting. Mga kwento, halimbawa at damdamin, o mga tao mula sa aklat sa simula pa lang simu-lan mong impluwensyahan ang sarili mong buhay, paano nai-intindihan mo ito at ginagawa mong muling suriin ang iyong mga lumang direktiba. Ang aklat ay batay sa mga halimbawa ng damdamin ng ibang tao at mga impresyon na madaling maunawaan ng bawat isa sa atin. Dahil tila bawat pahina ay nagtatanong sa iyo ng isang katanungan, ang sagot ay alam mo na sa iyong ulo. At ang kaalamang iyon pinaparamdam mo na lahat ng sagot ay nasa loob natin, na tayo ang pinakamalaking mapagkukunan ng enerhiya, lakas at kaalaman na magagawa upang pamahalaan ang ating buhay. Ang librong ito ay parang manwal, pahiwatig kung ano ang gagawin, ang mga 'matandang mabuting kaibigan' na magbibigay sa iyo ng mga salitang kail-angan kapag kailangan mong marinig ang mga ito. Dr. Vreda ay sa isang panloob na boses na nagpapahinto sa atin sa minsang nakakabaliw na mundong ito at pakiramdam ang iyong sarili, marinig ang iyong katawan, ang iyong kamalayan, at sa pamam-agitan ng mga damdaming ito ay nakabukas sa iyong buhay at magsimulang nararamdaman ang lasa nito."

— **Claudia Guerra Labarca**
Tagasalin ng aklat sa Espanyol

"Ang Drivers' Ed for the Brain ay isang mahusay at magandang paalala tungkol sa tunay na kahalagahan ng dito at ngayon at hindi tumingin para sa mga pattern ng compensatory sa pamamagitan ng paglihis, sinasadya man o hindi, patungo sa nakaraan o hinaharap na mga kaganapan. Ang mga aral na nakapaloob sa aklat ay mahalaga upang makatulong sa pagtataguyod ng matapang at may kamalayan na mga kilos na nagpapahintulot sa amin na malaman kung sino tayo, nasaan tayo, at kung paano tayo kumikilos sa harap ng mga hamon ng buhay. Ang libro ay isang mahusay na praktikal na kontribusyon, upang makakuha ng malusog, mas bago at mulat na mga pattern ng pag-iisip. Ang aklat ay nagbibigay ng magandang payo upang matuklasan, maunawaan, at baguhin ang mga walang malay na pattern na iyon na ating minana at/o nakukuha sa buong karanasan natin sa buhay. Ang malaking kontribusyon na ibinibigay sa atin ni G. Ryan J. Hulbert sa kanyang aklat ay upang kumonekta sa isang solong estado (kasalukuyan), ang transendente ng mga pang-araw-araw na simpleng pangyayari sa ating buhay, at ang ating aktibo at makabuluhang kaugnayan sa mga desisyon ng bawat isa."

— Carlos Pezoa Correa (mula sa Spanish Translation)
Propesyonal Teknikal na Establishment Instructor

"Nang sinimulan kong basahin ang librong ito, nalito ako, stressed, at takot na bumalik sa pakiramdam ng kadilimang tinatawag na depression. Agad akong tinamaan sa pamagat ng libro bilang kawili-wili. Habang binabasa ko ito, sinimulan kong maunawaan kung ano ang nangyayari sa akin, at kung paano ko ito malulutas. Natagpuan ko iyon, sa isang simpleng paraan, ang kahanga-hangang aklat na ito ay gumagabay sa amin at tumutulong sa amin na maalis ang lahat ng mga bagay na ginagawang mas kumplikado ang ating buhay; mga bagay na maipon natin sa loob na maaari nating baguhin, para tangkilikin kung ano ang mayroon tayo sa kasalukuyan at makamit ang layunin kung saan tayo nakatira dito."

— Lissette Vallejos (Mula sa Espanyol Pagsasalin)
Ina at Maybahay

"May mga libro na isang tunay na labirint para sa karaniwan mambabasa, ang mambabasa na naghahangad na masiyahan sa pagbabasa, at gumawa ng prosesong ito ang kanyang partner sa oras at ang liwanag na nagbibigay liwanag sa kanyang isip. 'Driver's Ed for the Brain,' na ang pamagat ay halos labirint, ang libro ay nagtitipon, gayunpaman, para sa mas kaunting edukadong mambabasa at para din sa iba, iyong mga pangangailangan na gawing kasiyahan ang pagbabasa na nakikinabang sa katawan, nagpapakain sa isip at dinadala ang espiritu sa isang di-masusukat na mundo 'ng higit na kapayapaan at kagalakan.' Ipinakikita ng aklat na ito na gumagalaw ang awtor nito mula sa 'simple hanggang sa kumplikado' at mula sa 'konkreto hanggang sa abstract' at ang kanyang pamamaraan, upang gawin ang paksa ng sikolohikal ay naiintindihan, ay hindi displace ang hindi gaanong matalinong mambabasa, ngunit nangangailangan ng malalim na kaalaman sa sining ng pagtuturo. Naaalala ko rito ang mga salita ng isang taong nagsabi: 'Kung ang mabuti ay maikli, ito ay dalawang beses na mas mahusay,' na akmang-akma para sa ang aklat na ito na nagbibigay ng malinaw at malalim na mensahe kung paano hanapin ang tila nawawalang landas patungo sa isang mas kaaya-ayang buhay."

— **Luis Guerra Jaque (Mula sa Espanyol Pagsasalin) Retiradong Guro sa Paaralan**

"Nasiyahan ako sa maikli at malinaw, ngunit simpleng basahin kung paano natin pinipiling gamitin ang ating isip sa ating buhay. Nagbibigay si Dr. Hulbert ng isang malinaw na kaso ng pag-unawa upang ipakita sa amin ang pagkakaiba sa pagitan naninirahan sa nakaraan, natatakot sa hinaharap, at nabubuhay sa kasalukuyan. Ang metapora ng pagmamaneho ng kotse at ang mga aral na ipinakita ay akmang mabuti para sa halos lahat ng tao sa ating modernong lipunan tungkol sa kung paano tayo maaaring ituon ang ating pansin sa paglikha ng isang masaya at mapayapang buhay. Inirerekomenda ko ang aklat na ito sa sinumang interesadong maunawaan ang kanilang sarili at kung paano tayo may kapangyarihang ipakita ang ating sarili buhay."

— **Joe Thames Gundy May-akda at Propesor ng Pamamahala ng Salungatan**

"Nadama ko na ang aklat na ito ay may ilang praktikal na payo dito. Ang pinakamahalaga, gusto ko ang pagkakatulad ng eroplano at ang pagkakaroon ng pananaw sa ating mga problema. Kasabay nito, ang kahalagahan ng pagkilala sa isang positibong kalooban at ang impluwensya nito sa pananaw ay pumapasok. Nakikita ko ang mga oras sa aking nakaraan kung saan ako ay nalulula sa isang sitwasyon at kinikilala iyon ang aking kalooban ay mababa o negatibo. Nakikita ko ang ibang mga pagkakataon kung saan sa parehong sitwasyon at ang aking kalooban ay nasa isang mas mataas na eroplano na kaya kong gawing mas mahusay mga paghatol. Ang isa pang mahalagang pananaw na natutunan ko ay ang pagsisikap na mamuhay sa kasalukuyan. Sa ngayon, marahil ako ay nasa isa sa mga pinaka-abalang oras sa aking buhay at palagi kong iniisip ang mga gawaing kailangang tapusin. Ako kilalanin na kailangan kong bumagal at bigyang pansin ang mga tao kapag sila ay nakikipag-usap sa akin (Ipinagmamalaki ko ang aking sarili sa pagiging isang dalubhasa sa dual-task, ngunit ako napagtatanto na hindi dapat ito ang pinakamahalagang priyoridad). Nakatuon ako sa sinusubukang magkaroon ng balanse sa pagitan ng karamihan sa pamumuhay sa kasalukuyan ngunit pag-aaral mula sa nakaraan at pagtatakda ng mga layunin para sa hinaharap."

— **Dixie Seegmiller, Nanay, Lola,**
at kamakailang empty nester

"Bago ko basahin ang libro, isinasaalang-alang ko ang therapy dahil marami akong mga isyu sa emosyonal na pamamahala. Ito ay malaki ang naitulong ng libro sa bagay na iyon, at nag-print ako ng mga diagram na tulungan ako sa pagsubaybay sa aking mga emosyon. Parang hindi ko kailangan ng therapy gaya ng ginawa ko dati. Naramdaman kong parang may mali sa akin dahil hindi ko matukoy kung ano ang nangyayari sa aking isip dahil ito ay palaging mukhang napakadali para sa lahat at hindi ako makapaglagay ng pangalan sa aking damdamin. Pero ngayon ay sa tingin ko ay hindi ko na kailangan ko ng therapy. Kaya kong lagyan ng pangalan ang nararamdaman ko at sub-aybayan kung ano ang nararamdaman ko sa pamamagitan ng pag-alam kung ano ang gamit ko at dapat kong gawin at pagan-dahin ang sarili ko ulit."

— Lillie Scofield, isang sophmore mula sa isang Medikal Arts Charter High School

"Bago ko basahin ang Driver's Ed for the brain, naisip ko na ang mga teorya sa sikolohiya ay malalim, abstract at metapisiko. Yung sikolohikal na mga ideya at pamamaraan para sa akin ay mukhang makatwiran ngunit may kakulangan ng metodolo-hikal na kahalagahan. Ang libro ni Dr. Hulbert ay nagbago ang aking impresyon sa sikolohiya. Ang nobelang paraan at paggamit ng maraming praktikal na halimbawa na ginagawa ng lahat na maaaring harapin sa kanyang buhay, ginagawang sikolohikal ng may-akda ang mga ories na madaling maun-awaan at ang mga diskarte, tulad ng pagkuha ng malalim na paghinga, paggawa ng mga aktibidad na kinasasangkutan ng isip at katawan at iba pa, ay madaling isabuhay. Sa bilis ng takbo ng modernong buhay na pabilis nang pabilis, ang mga tao ngayon ay nahaharap sa mabigat na presyon ng lahat ng uri. Ito ay madali para tayo ay maging hindi malusog o sub-healthy sa sikolohikal at patuloy na manatili sa ganoong kalagayan nang matagal nang hindi namamalayan. kay Dr. Hulbert malinaw na itinuturo ng aklat ang mga tampok ng naturang hindi malusog o hindi malusog na estado (unang gear) na magpapadali para sa mga tao na kilalanin ang kanilang sarili sa unang lansungan at gumamit ng mga diskarte sa pagbabago ng panahon. Sa taong ito ang anak ng isa sa aking mga kaibigan ay magtatapos sa elementarya. Gusto niyang pumili ng mabuting middle school para sa kanyang anak na babae ngunit ito ay talagang hindi madali sa China. Ang problema sa edukasyon ng kanyang anak na babae ay patuloy na nagpapahirap sa kanya. Isang araw, naimpluwensyahan ng pagkabalisa ng aking kaibigan, nagsimula akong makaramdam ng pagkabalisa tungkol din sa pag-aaral ng aking anak. Naisip ko na haharapin ko ang parehong problema ng aking kaibigan kapag ang aking anak na babae ay nagtapos mula sa elementarya. Habang iniisip ko, mas kinakabahan ak, na parang ang aking anak na babae ay napunta na sa isang masamang middle school. Sa sandaling ito, tumawid sa akin ang mga sikolohikal na ideya ni Dr. Hulbert isip. Bigla kong napagtanto na ang aking anak na babae ay pitong taong gulang lamang na mag-aaral sa elementarya ngayon. Nag-aalala ako sa mga bagay na mangyayari sa hinaharap. Ako ay wala sa kasalukuyan noong panahong iyon. Paano ako naging katawa-tawa! sabi ko sa sarili ko upang huminto sa pag-iisip at makakuha ng mahimbing na pagtulog. 'Bukas ay isa pang araw.' Sa ikalawang araw, mas gumaan ang pakiramdam ko. Malinaw naman ang isip ko. Akala ko may limang taon pa ako at naniniwala na kaya kong gumawa ng magandang plano para sa aking anak sa mahabang panahon. Gumagana para sa akin ang Ed for the Brain ni Dr. Hulbert's Driver at naniniwala akong gagana rin ito para sa iyo! Mangyaring subukan ito!"

— **Amy Sun (Sun Wei), pagkatapos basahin ang Chinese Translation**

"Bilang isang katutubong Aleman, nasiyahan akong basahin ang aklat na ito, 'Drivers Training for the Brain' sa aking sariling wika. Nanghihinayang ako na hindi ako nagkaroon ng pagkakataong ito sa aking kabataan, bilang napakalaking tulong sana ang pagpapalaki ng mga anak at pagkaya sa pagbabago ng kultura. Ngayon sa pag-unlad ko sa mga taon, ang pagkakatulad ng 'Pagsasanay sa Pagmamaneho...' ay higit ang impormasyon at naiintindihan. Sinasanay ko ang marami sa mga prinsipyo ni Dr. Hulbert at nararamdaman ko ang pagtaas ng aking tagumpay at kaligayahan. Ito ay isang libro na gusto kong ibahagi sa iba, bata man o matanda."

— **Beate Hofmann Cook, pagkatapos ng Pagbasa ng Pagsasalin ng Aleman**

Drivers' Ed Para Sa Kaalaman

FILIPINO EDITION

Drivers' Ed
Para Sa Kaalaman

FILIPINO EDITION

"PAGHAHANAP NG HIGIT NA KAPAYAPAAN AT KAGALAKAN"

Ryan J. Hulbert, Ph.D.

Kasama sina Ace at Lei Abao
bilang mga tagapagsalin

Sa aking ina, Olive:
Isa sa pinakamagaling na tsuper na kilala ko.
—Ryan J. Hulbert

Foreword

"Ang idea ng Driver's Ed for the Brain ay nagpapaligaya sa akin ng walang hanggan. Isang nobelang tumatawag ng pansin, lalo na sa ating mga kabataan, sa kung paano sila makakakuha ng mas mahusay na kontrol sa kanilang sariling pag-uugali at magkaroon ng ilang ideya sa mga pangunahing kaalaman nito.

Para sa maraming tao, ang pagmamaneho ng sasakyan ay pinagmumulan ng higit na kalayaan at pagkakataon. Ang aklat ni Dr. Hulbert ay parang isang nakakaengganyong manwal para maranasan ang higit na kalayaan upang makahanap ng higit na kapayapaan at kagalakan sa ating buhay.

Sa pamamagitan ng mga kwento, mga metapora na nagbibigay-liwanag, at praktikal na mga halimbawa, ang aklat na ito ay nagsisilbing personal na tagasanay para sa parehong kaligtasan at salimbay sa paglalakbay ng ating buhay. Inirerekomenda ko ito sa lahat, bata man o matanda."

—Dr. Virgil A. Wood,
*Sampung taong nagtatrabaho kasama ni
Dr. Martin Luther King, Jr., ang may-akda ng ,
IN LOVE WE STILL TRUST, Lessons I learned
from Martin Luther King, Jr. and Sr.*

Preface

Habang binabasa, ibinahagi, at isinalin namin ng aking asawa ang mga nilalaman ng aklat ay napagtanto namin sa aming sarili na magagawa namin ang higit na mas mahusay sa aming pinakamahihirap na panahon bilang mga indibidwal at bilang mag-asawa kung nahanap namin ang Driver's Ed for the Brain ng mas maaga sa aming buhay, ngunit ang lahat ay hindi nawala at hindi pa huli ang lahat ngayong nahanap na natin ito, mahalin ito at ilapat ito sa ating sarili alam natin na tayo ngayon ay magiging mas receptive sa patnubay ng isang mapagmahal na Ama sa Langit, magiging mas maunawain at mature sa pagharap ng mga unos at hamon ng buhay maging ito man ay pisikal, emosyonal at maging panlipunan lalo na sa mga panahong ito na ang pandemya ay tumama nang husto sa Pilipinas dahil marami ang dumanas ng emosyonal na pagkasira at depresyon na sanhi nito. Positibo kami na ang aklat na ito ay hindi lamang makatutulong sa mga Pilipino na makayanan ang mga hamon ngunit matutulungan din silang malinawan kung ano ang gagawin upang mahawakan ang mga ito, salamat sa napakagandang pagkakataong ito upang mabasa at maisalin ang aklat na ito.

—Ace & Lei Abao - Magkasamang tagapagsalin

Nilalaman

Pambungad

Isang bagong simula — ang hinahanap nina Rob at Linda nang magpasya silang lumipat sa bagong estado. Nagkaroon ng ilang taon ng unti-unting pagtaas ng tensyon dahil ang kanilang apat na anak, na nasa edad mula labing-apat hanggang pito, ay lumalaki. Sina Rob at Linda ay ila lumalayo ang loob mula sa isa't isa, at ang mga pangarap sa karera ni Rob ay hindi natupad. Nag pasyal sila na tumira sa mga magulang ni Linda, sana sa loob lamang ng isang buwan o dalawa, upang malaman kung saan pupunta mula doon.

Tinanong ni Rob ang kanyang asawa para sa mga direksyon sa County Court House upang makakuha ng lisensya sa pagmamaneho para sa kanyang bagong estado. Ito ay isang maaraw ngunit medyo malamig na umaga ng tagsibol. ANg mga puno ay puno ng bagong sibol na dahon. "Isang magandang panahon para gumawa ng bagong simula," naisip niya sa kanyang sarili habang tinangka niyang magtipon ng pag-asa at determinasyon habang nagmamaneho siya patungo sa courthouse. Sa courthouse, naalala ni Rob kung ano ang naramdaman niya nang pumunta sa kanyang unang pagsubok sa lisensya sa pagmamaneho bilang isang binatilyo. Naalala niya ang mga hamon ng edukasyon ng mga drayber, kinakabahang kumukuha ng nakasulat na pagsusulit sa pagmamaneho, na nalaman na siya ay nakapasa, at nakita ang malaking ngiti sa kanyang photo ID. Bilang naglakad siya sa may bulletin board malapit sa entrance ng Drivers' License Bureau, nahagip ng kanyang mata ang isang advertisement para sa driver's ed. Huminto siya upang basahin ang anunsyo, na nagsasaad:

Drivers' Ed Para Sa Kaalaman

Halina at tangkilikin ang isang klase sa edukasyon sa komunidad sa pampublikong aklatan Martes ng gabi mula 7:00 - 8:00 pm para sa 6 na linggo.

Mga Layunin Sa Pag-aaral

- Paggamit ng iyong Isip, Katawan, at Espiritu para sa hindi tensyonadong byahe

- Tamang paggamit sa pag-iisip upang matugunan ang iyong mga hamon.

- Pag-unawa sa mga kondisyon ng kalsada sa iyong paglalakbay sa buhay

- Paggamit ng tamang gasolina upang magkaroon ng higit na inspirasyon sa pagpupulong iyong mga hamo

- Pagpiloto sa isang espirituwal na eroplano

- Pagsunod sa mapa sa isang mas masayang buhay

Mga Gastos: Para lamang sa mga materyales

Sana makita kita doon!

Mukhang interesante sa kanya ang klase at naisip niya ito sa daan pauwi. Habang bumalik si Rob sa bahay ng kanyang biyenan kasama bagong lisensya sa kamay, sinabi niya sa kanyang asawa ang tungkol sa bulletin na nakita niya at ang pag-asa niyang makadalo sa klase. Sinabi sa kanya ni Linda na iyon ay mukhang kawili-wili, ngunit malamang na hindi siya pupunta dahil sa kailangan niyang magbantay ng mga anak nila. Maaaring ibahagi nya na lamang ang mga magandang bagay na matututunan niya.

KABANATA 1

ISANG SIGLO NG PAGMAMANEHO

Pagkalipas ng limang araw, dumating si Rob sa pampublikong aklatan maaga ng dalawampung minut, nakahinga siya ng maluwag na nahanap niya ito madali. Binigyan siya ng librarian ng direksyon papunta sa conference room kung saan gaganapin ang klase at masigasig na bumubulong, "Magugustuhan mo ang klase! Kinuha ko ito noong nakaraang taon."

Sa puntong ito ay wala siyang ideya kung sino ang instruktor at mas lalo siyang na-curious sa buong klase. Pagpasok niya sa conference room, nakita niya ang isang lalaki na sa tingin niya ay mga 60 taong gulang na, nakatayo sa dulo ng isang mesa na tumitingin sa ilang papel.

Tinanong ni Rob kung ito ay Drivers' Ed for the brain. Ang tagapagturo ngumiti at sinabing, "Oo nga. Welcome!"

Nang maglaon ay nalaman ni Rob na si Dr. Vreda ay isang retiradong psychologist na gustong manatiling bahagi sa pagtuturo at serbisyo sa komunidad, sa pamamagitan ng klase na ito pati na rin ang pana-panahong pagsulat ng isang kolum para sa lokal na pahayagan. Ilang mga kalahok pa sa klase ang dumat-ing, na ang bawat isa sa kanila ay binati sa isang palakaibigang paraan ni Dr. Vreda. Nagtawanan ang mag-asawa habang binabati siya at nagbiro tungkol sa pangangailangan ng isang tune-up at nais na kumuha ng klase muli.

Nagbiro pabalik si Dr. Vreda na isa sa mga dahilan kung bakit siya nag-enjoy sa pagtuturo sa klase ay upang ipaalala sa kanyang sarili ang mga pangunahing punto ng ang mga aralin. Angisang mabilis na pagbilang ni Rob ay nagpakita ng labintat-long estudyante, kabilang ang kanyang sarili.

Nagbigay si Dr. Vreda ng maikling pangkalahatang-ideya ng klase at hinikayat ang pakikilahok sa klase sa pamamagitan ng mga komento o tanong. Sinabi niya na nakuha niya ang mga materyales mula sa iba't ibang mapagkukunan sa paglipas ng mga taon, na ang mga puntos ay naging higit na kapaki-pak-inabang na personal, at nasasabik siyang ibahagi ang mga ideya sa klase. Hinikayat niya sila na ibahagi ang anumang mga punto na personal nilang nakitang kapaki-pakinabang. Pagkatapos ay tumalon siya sa paksa ng gabi, na tinawag niyang "Isang Siglo ng Pagmamaneho."

"Magsisimula tayo sa isang maikling kasaysayan ng pagma-maneho, at tumuon tayo sa huling isang daang taon. Ano ang karamihan ng mga taong nagmamaneho isang daang taon na ang nakalilipas?" Isang babae ang nagtaas ng kamay at sinabi, "Sa tingin ko ay isang kabayo at kalesa?"

"Tama iyan! At ano ang tatlong bahagi ng kabayo at buggy para makaalis?" Sumagot ang isang lalaki, "Ang kalesa, ang kabayo, at ang nangangabayo."

"Kahanga hanga! Ikaw ay napakatalino. Ito ay magandang simula! Makalipas ang isang daang taon, ang mga sasakyang minamaneho natin ay may tatlong maihahambing na bahagi sa isang daang taon na ang nakalilipas. Mayroon tayong katawan ng kotse, na kung saan ay tulad ng buggy, siyempre ang nag-mamaneho, at ngayon ay mayroon tayong makina sa halip na kabayo. Sa sa katunayan, tinutukoy pa natin ang lakas ng motor bilang horsepower. May nakakaalam ba kung ano ang ilang karaniwang horsepower para sa tipikal na sasakyan ngayon?" Nagkaroon ng maikling talakayan tungkol sa isang lalaki sa klase ang nagsabi na ang mga kasalukuyang makina ay mula sa mga 100 hanggang 300 horsepower.

Nagpatuloy si Dr. Vreda, "Gamit ang paghahambing ng isang makabagong sasakyan sa isang kabayo at buggy, alin sa tatlong bahagi ang pinaka nangingibabaw? Makikita natin na ito ay ang makina o ang horsepower. Ngayon gusto kong ikumpara ang tatlong bahagi ng kabayo at buggy sa tatlong bahagi ng ating pagkatao, ang ating katawan, isip, at espir-itu. Hahayaan natin ang karwahe na kumatawan sa katawan, ang bahagi natin na nagdadala sa atin sa bawat lugar. Ang kabayo na kumatawan sa isip o pinagmumulan ng kapangyar-ihan. At sa wakas, hahayaan natin ang taong nagmamaneho ng buggy kumakatawan sa espiritu o sa ating pinagmumulan ng direksyon."

Huminto si Dr. Vreda at sinabing, "Napagtanto ko na ang paghahambing ay hindi perpekto, ngunit pagpasensyahan mo ako at umaasa ako na ito ay magiging kapaki-pakinabang. Ang pangunahing punto na nais kong gawin mula sa paghahambing ay ang katotohanang sa nakalipas na isang daang taon ang horsepower ay tumaas nang husto sa ating mga sasakyan, ang kapansin-pansing tumaas din ang pagkahilig na umasa nang husto sa ating isipan. Sa pagsabog ng impormasyon at teknolohiya, ang ating pag-asa sa ating mga katawan para sa ating pang-araw-araw na gawain o iba pang aktibidad ay nabawasan para sa karamihan ng mga tao, at tayo ay umasa ng mas mabigat sa ating isipan at pag-iisip sa karamihan ng mga trabaho. Nais kong imungkahi sa iyo na tayong mga modernong tao ay masyado ring nag-iisip. Ito ay ang labis na pag-iisip ay nag-aambag sa pagiging hindi balanse sa ating katawan at espiritu. Ito ay bahagi ng dahilan kung bakit tayo nahihirapan sa stress at magulong pag-iisip, dahil sa pagkakaroon ng mas kaunting balanse sa tatlong bahagi ng ating pagkatao."

Humingi ng pagpuna si Dr. Vreda mula sa mga miyembro ng klase. Siya huniling sa kanila na isipin ang mga propesyon ng kanilang mga ninuno. Ang ilan ay nagboluntaryo ng mga sagot at binanggit ang mga propesyon ng pagtuturo, pagmamaneho ng trak, pagsasaka at trabaho sa pabrika. Itinuro ni Dr. Vreda kung paano ang karamihan sa mga trabahong iyon ay pisikal, na halata sa mga miyembro ng klase. Pagkatapos ay hiniling ni Dr. Vreda sa mga miyembro ng klase na ihambing ang mga trabahong iyon sa mga tipikal na kinakatawan ng mga nasa klase o kanilang mga malapit mga kaibigan. Ang mental na katangian ng mga trabaho ay ipinakita mula sa kanilang mga tugon, na kinabibilangan ng mga trabaho tulad ng ahente sa real estate, computer technician, sekretarya ng kumpanya ng telepono, at opisyal ng seguridad

4

Nagpatuloy si Dr. Vreda, "Ang pangunahing punto ng unang araling ito sa Drivers' Ed for the Brain ay ang bawat isa sa atin sa modernong panahon na ito ay kailangang bumagal sa pag-iisip. Si Ghandi ay kinikilala sa pagsasabing, 'May higit pa sa buhay kaysa sa pagtaas ng bilis nito.' Isang pagbagal ng ating mental na aktibidad ay ang pagpapahintulot sa ating isipan na maging mas maging tahimik."

Ang isang lalaki sa klase ay nagtanong ng isang katanungan, na nasa isip ni Rob. Tanong niya, "Hinihikayat mo ba kami na kailangan wala kaming isipin?"

Sumagot si Dr. Vreda, "Napakagandang tanong iyan. Ang hinihiling ko sa iyo na gawin ay magtiwala sa proseso ng pagpapahintulot sa mga saloobin ng iyong sariling isip upang mas madalas na maanod. Ito ay kadalasang nangyayari kapag nagkakaroon tayo ng higit na balanse sa pisikal aktibidad kumpara sa aktibidad ng pag-iisip, at pinapayagang mas madalas na mapayapang karanasan, na nagpapasigla sa ating espiritu. Marahil ang isang magandang halimbawa ay mas maipaliwanag ito. Ilang taon ang nakaraan, habang naghihintay kami ng aking pamilya na mahanap ang aming kasalukuyang sa bahay, nagsiksikan kaming lahat sa isang apartment sa loob ng apat na buwan. Ito ay isang matagal nang biro sa aking pamilya na tuwing nagluluto ng almusal si tatay, palagi niyang ginagawa ang paborito niyang pagkain sa almusal—oatmeal. Isang umaga habang nasa maliit na kusina ng apartment na iyon, binuksan ko ang isang cassette tape upang makinig sa ilang mapayapang musika habang naghahanda ng paborito kong almusal. Matapos ilagay ang asin at oatmeal sa kumukulong tubig, naguluhan ako ng ilang sandali. Bigla akong nakarinig ng tunog ng oatmeal na kumukulo sa kalan."

"Dali-dali kong inilipat ang kaldero sa isa pang kalan at pagkatapos binuksan ang overhead exhaust fan upang alisin ang usok mula sa oatmeal sa kalan. Habang patuloy na umiikot ang bentilador, binuksan ko ang gripo ng lababo para magbasa-basa ng tela para linisin ang gulo ko. Pagkatapos, habang pinapatay ko ang gripo, ako ay may narinig. Nagpatuloy ang pagtakbo ng overhead fan hanggang sa naalis ang usok. Sa wakas ay pinatay ko ang fan, at unti-unting tumahimik ang motor, lumabas ang mapayapang musika ng tape player. Napansin ko na tumutugtog ang musika, ngunit sa ingay mula sa fan at pagtakbo tubig, hindi ko narinig ang musika. Sa totoo lang, nakalimutan ko na iyon ay tumutugtog. Naalala ko lamang ang musikang iyon nang ang mga ingay ng umaagos na tubig at bentilador ay naalis na. Ang ang musika ay parang maganda at mapayapang bahagi ng ating buhay na nalunod sa ingay ng ating isipan at ng pisikal na ingay sa ating paligid."

Ang parehong lalaki ay muling nagtanong ng isang katanungan na itinatanong ni Rob sa kanyang sarili, ngunit nag-aalangan na sabihin nang malakas. Sabi ng lalaki, "Pasensiya, ngunit hindi pa rin kita nasusundan. Pwede ka bang magbigay sa akin ng isang halimbawa kung paano ito makatutulong sa akin na gumawa ng isang bagay na praktikal upang mapabuti ang aking buhay?"

Ngumiti si Dr. Vreda at sinabing, "Nagtatanong ka talaga mga magandang tanong at tumutulong sa akin na ipaliwanag ang mga puntong ito. Hayaan mong sabihin ko ang isa pang kwento na maaaring makatulong. Isang tag-araw, habang ako ay isang estudyante sa kolehiyo, nagkaroon ako ng trabaho sa pagpinta ng isang malaking lumang tahanan. Araw-araw, habang nagpintura, iniisip ko lahat ng bagay na karaniwan kong iniisip at sa wakas ay nauboan ng mga bagay! Habang naglalaho ang aking mga iniisip isang partikular na araw, napagtanto ko na siyamnapu't walong taon na ang nakalipas mula nang isinilang ang ama ng aking ina. Wala akong maalala sa lolo ko na iyon dahil siya ay namatay noong apat na taong gulang ako. Habang pinag-iisipan ko ito, napagtanto ko na ang bawat isa sa kanyang walong anak ay nabubuhay pa, bagaman medyo matanda na ang dalawa sa kanila. Naging medyo mas masigla ang aking pagpipintura habang tuwang-tuwa akong nag-iisip tungkol sa posibilidad na tanungin ang aking ina at bawat isa sa aking mga tiya at tiyuhin na isulat ang ilan sa kanilang mga alaala ng kanil-ang ama upang maihanda sa ika-100 anibersaryo ng kanyang kapanganakan sa loob ng dalawang taon. Ibinahagi ko ang ideya sa aking asawa, at kalaunan ay pinagsama-sama ang isang maliit na libro. Ang pagbabasa ng libro ay isang nakapagpapa-siglang karanasan para sa akin at para sa aking mga kamag-anak din. Ilang taon pagkatapos ng Ika-100 anibersaryo ng kapanga-nakan ng aking lolo, namatay ang aking mga tiyahin at tiyuhin, na naiwan lamang ang aking ina, na siyang bunsong anak."

"Upang ilagay ang alituntuning ito sa isang nut shell, habang pinabagal natin ang ating isipan at nagkakaroon ng mas mahu-say na balanse sa pagitan ng ating isip, katawan, at espiritu, mas makakaugnayan natin ang mga ideya, insight, o mensahe na gumagabay at nagpapasigla sa atin. I am asking you to trust me on this one," nakangiting sabi ni Dr. Vreda. "Ang iyong misyon sa linggong ito ay simulan ang pagsasanay sa pagpapataas ng balanse sa pagitan ng paggamit ng iyong isip, pan gangalaga sa iyong katawan, at pagpapakain ng iyong espiritu. Isaalang-alang din na ibahagi ang napag-usapan natin sa ibang tao. Makakatulong ito sa iyo na mas maunawaan ang mga pangunahing prinsipyo. Narito ang isang homework sheet na maaaring makatulong sa iyo sa pagtupad ng mga takdang-aralin." Pag-uwi ni Rob nang gabing iyon, tinanong siya ng kanyang asawa kung ano ang klase. Sagot ni Rob, "Mukhang magandang lalaki ang guro. Hindi pa ako sigurado sa klase sa ngayon." "Ano ang inyong pinagusapan?" tanong ni Linda. "Well, basically sabi niya, masyado daw mag-isip ang mga modernong tao. Inihambing niya ang labis na paggamit ng ating pag-iisip sa katotohanan na ang mga makina ng kotse ay lumago nang husto sa kapangyarihan sa nakalipas na daang taon. Sinabi niya na nawawalan tayo ng maraming kapayapaan ng isip at iba pang magagandang bagay dahil sa sobrang bilis ng pag-iisip natin. Nagustuhan ko ang kwento niya tungkol sa paglimot sa 17 na may mapayapang musika noong sinunog niya ang kanyang almusal," nakangiting sabi ni Rob. "Binigyan pa niya kami ng ilang takdang-aralin bago ang susunod na klase. Uy, ginawa ko lang yata ang isa sa mga takdang-aralin sa pamamagitan ng pagsasabi sa iyo ng isang bagay na nagustuhan ko sa klase!" "Sa tingin mo babalik ka?" tanong ni Linda. "Sa palagay ko," sabi ni Rob. "Nakabili na ako ng mga materyales at ito ay medyo kawili-wili." Sa buong linggo, nagulat si Rob nang mapansin kung gaano kaabala ang kanyang isip sa halos lahat ng oras. Lalo niyang napagtanto na kapag ang kanyang mga anak ay nakikipag-usap sa kanya, madalas niyang ibalik ang kanyang isip sa sinasabi ng mga ito dahil may iba siyang iniisip.

Aralin 1 Takdang–Aralin

1. Kilalanin kahit isang beses sa linggong ito na ikaw ay umaasa sobra sa isip mo at nakaramdam ng stress at out of balance. Ilarawan nang maikli ang sitwasyon

_____

_____

_____

_____

_____

_____

_____

2. Pumili ng kahit isang aktibidad para magsimulang magsanay ng mas mabuting pangangalaga at paglahok ng iyong katawan sa isang regular na batayan. Gawin ang aktibidad na iyon sa kahit isang beses sa linggong ito at maikling ilarawan ang iyong karanasan.

_____

_____

_____

_____

_____

_____

_____

3. Magbahagi ng kahit isang punto mula sa aralin na nakita mong kawili-wili sa ibang tao. Maikling ilarawan ang karanasan.

_____

_____

_____

_____

_____

_____

_____

KABANATA 2

Ang Gears

"Pagbati! Nasa ikalawang leksiyon na tayo," nakangiting sambit ni Dr. Vreda. "Bago tayo tumuloy sa lesksiyon ngayong gabi, gusto ko kayong anyayahan na magbahagi ng anumang komento tungkol sa inyong mga karanasan ngayong linggo na inyo ring takdang-aralin sa bahay."

Inilarawan ng ilang miyembro ang mga karanasang katulad ng kay Rob, na alam nila na madalas silang may ilang bagay sa kanilang isipan, at karaniwan nang hindi nila napagtanto kung gaano sila nag-iisip. Binanggit ng ilang miyembro ng klase kung paano nabawasan ang kanilang pakiramdam sa pamamagitan ng paggawa ng ilan pang pisikal na aktibidad upang maibsan ang kanilang pagod at mas balansehin ang kanilang sarili.

Isang tao ang gumawa ng espesyal na pagsisikap na makinig sa ilang nakapagpapasiglang musika at bigyan ang sarili ng pahinga pagkatapos ng mahirap na araw.

Pagkatapos marinig ang mga komento, sinabi ni Dr. Vreda, "Napakagandang obserbasyon iyan, at masasabi kong marami sa inyo ang nagsikap sa pagtupad sa inyong mga takdang-aralin.

Umaasa ako na patuloy kayong magkaroon ng kamalayan sa mga mungkahing iyon habang binubuo namin ang mga karagdagang takdang-aralin at prinsipyo para subukan ninyo."

"Okay, simulan na natin ang ating leksiyon para sa gabing ito na tinatawag na 'The Gears.' Ilan sa inyo ang nagmaneho ng stick shift na sasakyan?" Tanong ni Dr. Vreda sa klase.

Itinaas ni Rob ang kaniyang kamay bilang tugon kasama ang halos lahat ng kamay ng iba pang miyembro ng klase.

Ipinagpatuloy ni Dr. Vreda, "Nakaranas ka na ba ng sasakyan na naka-first gear habang sinusubukang magmaneho ng masyadong mabilis para sa first gear?" Maraming miyembro ng klase ang tumango, at sinabi niya, "Ano ang tunog ng motor kapag masyadong mabilis ang takbo mo sa first gear?"

Ilang miyembro ng klase ang sabay-sabay na nagsabi ng mga bagay tulad ng, "Lahat ng ito ay nabuhay."

"Tama iyan. Ang mga tao ay nakakaranas ng isang bagay na halos kapareho kung tayo ay nasa isang tiyak na mental na estado ng pag-iisip, na tatawagin nating unang gear. Ang unang gamit ay kapag ang isip lamang ang kasangkot at tayo ay naninirahan sa isang bagay na hindi kasiya-siya. Habang nagpapatuloy tayo sa gear na iyon, ang hindi kasiya-siya ay kadalasang tumataas sa intensity at nararamdaman natin ang ating emosyonal na estado na umuusad."

Sa puntong iyon si Dr. Vreda ay humingi ng isang halimbawa ng isang pagkakataon na ang isang miyembro ng klase ay nadama na natigil sa unang gamit.

Saglit na nag-isip si Rob, itinaas ang kaniyang kamay at sinabing, "Nagkaroon ako ng oras sa linggong ito nang labis akong nag-aalala tungkol sa pagkawala ng trabaho. Tinanong ako ng aking biyenan kung ano ang gusto kong gawin para sa isang trabaho. Sa tingin ko ay siya ay naging kritikal, kahit ngayon, ganoon pa rin ang aking pananaw. Hindi ko iyon maalis sa aking isip sa natitirang bahagi ng gabi at nahirapan akong matulog sa pag-iisip tungkol sa kaniyang pagpuna at kung ano ang gagawin ko para sa isang trabaho.

"Iyan ay isang magandang halimbawa. Nagkaroon ka rin ba ng karanasan sa pagtaas ng intensity habang umiikot ang iyong isip?" tanong ni Dr. Vreda. Sumagot si Rob, "Hindi ko naisip iyon noong panahong iyon, ngunit natatandaan kong nakaramdam ako ng pagkabigo kapag sinusubukan kong matulog at ang aking isip ay tila pabilis nang pabilis."

Pagkatapos ay nagpatuloy si Dr. Vreda sa talakayan: "Kung ang unang gamit ay gumagamit lamang ng isang aspeto ng ating pagkatao, ang isip, upang gumiling nang hindi produktibo sa isang bagay, kung gayon ang pangalawang gamit ay kinabibilangan ng paggamit ng dalawang aspeto ng ating pagkatao, ang isip at ang katawan. Ito ay maaaring anuman mula sa pagbabalat ng patatas hanggang sa pagtugtog ng piyano, ngunit may kasamang paggawa ng isang kaaya-aya at/o produktibong aktibidad na nakakaakit ng isip at katawan sa parehong oras. Maaari bang bigyan ako ng sinuman sa inyo ng isang halimbawa ng isang bagay na ginagawa ninyo na ikinatutuwa ninyo na kinabibilangan ng isip at katawan?"

Isang babae ang nagsabi kung paano siya mahilig gumawa ng mga crafts at sinabi ng isang lalaki na mahilig siyang tumugtog ng gitara.

"Iyan ay magandang halimbawa. Malinaw ba kung paanong ang mga aktibidad na iyon ay nangangailangan ng parehong isip at katawan upang maging nakatuon?" tanong ni Dr. Vreda.

Tumango ang karamihan sa klase bilang pagsang-ayon.

"Kung ang unang gear ay nagsasangkot ng paggiling lamang sa isip, at ang pangalawang gear ay nagsasangkot ng pagsa-sama-sama ng isang produktibong paggamit ng parehong katawan at isip, kung gayon ang ikatlong gear ay binubuo ng paggamit ng isip, katawan at espiritu. Ang ibig kong sabihin sa pagsali sa espiritu ay gumawa ng isang bagay ng paglilingkod para sa ibang tao—upang mawala ang sarili nating mga alalah-anin at magpakita ng pagmamalasakit sa ibang tao.

Maaari bang magbigay sa akin ng isang halimbawa ng ikat-long gear?" tanong ni Dr. Vreda.

Isang babae ang nagtaas ng kamay at nagsabi, "Siguro iyon ang nagpapaliwanag nito. Madalas kong naisip na nakaka-cu-rious na kapag nasa mga tambakan ako, nagsisimula akong gumawa ng biskuwit at lagi kong binibigay ang mga ito. Akala ko ito ay isang kakaibang bagay lamang tungkol sa akin."

"Iyan ay isang perpektong halimbawa! Ipinapakita rin nito kung gaano kalalim ang side na alam na natin ang mga bagay na ito at natuklasan ang mga ito sa kurso ng pamumuhay. Gusto kong i-highlight na ang tila napaka banayad na pagbibigay-diin sa ating mga intensyon, saloobin, at layunin sa paglilingkod ay maaaring magresulta sa ibang-iba at mas pinahusay na karanasan.

Maaari mong subukan ang isang eksperimento ng paggawa ng isang bagay para sa ibang tao nang may pagmamakaawa o may pakiramdam ng pasasalamat at layunin, at tingnan kung ang karanasan ay nakakapagod o nakapagpapasigla."

"Buweno, ano ang tungkol sa ikaapat na gear?" tanong ni Dr. Vreda.

"Sa pisika, ang oras ay itinuturing na pang-apat na dimensyon, at titingnan natin ang oras bilang ika-apat na gear. Upang talagang lumipat sa ika-apat na gear, gumawa ka ng isang bagay na kinasasangkutan ng iyong isip, katawan, espiritu, at isang bagay na may pakiramdam ng kawalang-panahon o pagiging permanente.

Halimbawa, ang pagtuturo sa isang bata na bumuo ng isang kasanayan, tulad ng pagbabasa, ay maaaring maging lubhang kasiya-siya, sa isang bahagi dahil ang bata ay natututo ng isang kasanayan na makakatulong sa kanya sa natitirang bahagi ng kanyang buhay. Sa kabaligtaran, ang pagbili ng isang bata ng isang ice cream cone, kung gagawin sa isang malusog na pag-uugali, ay malamang na halos isang third gear na karanasan, kahit na ang karanasan ay maaaring maging bahagi ng isang pangmatagalang relasyon."

"Ano ang tungkol sa pagsipa pabalik at pagiging neutral?" pabirong tanong ng isang miyembro ng klase.

"Isang napakagandang tanong," sagot ni Dr. Vreda. "Maaari mo ba akong bigyan ng isang halimbawa ng pagiging neutral?"

Ang parehong miyembro ng klase ay nag-isip sandali at pagkatapos ay nagsabi, "Paano kung manood ng paglubog ng araw o maligo ng bula?"

"Sumasang-ayon ako sa iyo," sabi ni Dr. Vreda.

"Suriin natin sandali ang ilan sa mga katangian ng kung paano gumagana ang isip kapag ito ay nasa neutral. Sa unang gamit ang isip ay napaka-busy, pressured, at maingay. Sa neutral, gayunpaman, ang isip ay tahimik, malinaw, at payapa. Ito ay nagbibigay-daan sa mas dalisay at sariwang perception na dumaloy dito kumpara sa rehashing lumang impormasyon. Ang paghahambing ay maaaring gawin sa pag-inom ng isang malamig, purong baso ng tubig, sa kaibahan sa pagnguya sa isang matigas na piraso ng karne. Ang isa ay nagre-refresh habang ang isa naman ay pinapapagod ka."

"Ipinapakita mo na ang unang hakbang sa kakayahang maglipat ng mga gears, at iyon ay ang pagkakaroon ng kamalayan sa kung ano ang gamit mo," tugon ni Dr. Vreda.

"Tingnan natin ang ilang mga diskarte tungkol sa paglilipat na maaaring makatulong. Ako, sa personal, tulad mo, ay nahihirapang mag-shift out of first gear. Sa katunayan, maraming tao ang nasa first gear sa halos lahat ng oras. Dahil doon, kahit na ito ay hindi kumportable, nagiging pamilyar sila dito na halos maging kanilang ginustong gamit. Para bang nakalimutan na nila na may iba pa silang gears, o di kaya'y madali silang nakapasok sa first gear kaya naging natural na sila doon. Gayundin, ang intensidad ng unang gear ay maaaring linlangin ka sa pag-iisip na ikaw ay talagang produktibo. Kailangan nating magsanay na magkaroon ng kamalayan at mapagtanto na ang hindi komportable na intensity na nauugnay sa unang gear ay isang senyales na kailangan nating lumipat."

"Natuklasan ko na ang neutral ay pinakamahusay na matatagpuan sa pamamagitan ng hindi direktang pagpunta mula sa una, ngunit sa pamamagitan ng pagpunta mula sa unang gear hanggang sa pangalawang gear, at pagkatapos ay pagpunta sa neutral. Bilang halimbawa niyan, tandaan mo ang kwento ko sa pagpipinta ng bahay noong ako ay nasa kolehiyo? Ako ay kadalasang ginagamit ang aking katawan, at kaunti sa aking isip, at pagkatapos ay ang aking pagiging neutral sa kanyang sarili. Habang nasa neutral, ang inspirasyon ay dumating upang itala ang mga alaala ng aking lolo, na humantong sa akin patungo sa ikatlong hakbang—upang makapaglingkod sa iba. Ngayong pinag-uusapan na natin ito, sa palagay ko ay napunta ako sa ikaapat na hakbang dahil sa walang hanggang kalikasan ng mga relasyon sa pamilya at ipinapasa ang mga nakasulat na alaala sa mga susunod na henerasyon."

"Bago natin tapusin ito ngayong gabi, magkaroon tayo ng maikling pagsusuri at pagsusulit," sabi ni Dr. Vreda.

"Ano ang isang bahagi ng iyong pagkatao ang ginagamit mo kapag ikaw ay nasa unang gamit?"

"Ang isip," halos magkakasabay na sabi ng karamihan sa mga miyembro ng klase.

"Mabuti," sabi ni Dr. Vreda. "Anong dalawang bahagi ng iyong pagkatao ang ginagamit mo kapag nasa pangalawang gear ka?"

"Ang katawan at isipan," mabilis na sagot ng ilang miyembro ng klase.

"Okay, ito ang medyo mahirap na tanong. Kung ang oras ang pang-apat na dimensyon, ano ang kailangang maging bahagi ng isang karanasan kapag pumasok ka sa ikaapat na gear?"

Medyo hindi mabilis sumagot ang mga tao sa klase, ngunit sinabi ng isang lalaki, "Kapag naglilingkod ka sa iba na tumatagal din o nagpapatuloy kahit papaano."

"Magandang sagot," sabi ni Dr. Vreda.

"Mukhang nababawasan na ninyo ito. Salamat sa iyong mga komento at pakikilahok ngayong gabi. Handa na ba kayong mga matatapang na kaluluwa para sa susunod ninyong assignment? Heto na," sabi ni Dr. Vreda, habang binibigay niya ang isang papel sa bawat miyembro ng klase.

Sa kanyang pag-uwi, si Rob ay nasasabik na sabihin kay Linda ang kanyang natutunan ngayong gabi. Mukhang may katuturan ito at parehong simple at malalim sa kanya.

"Medyo maayos yan!" Sinabi ni Linda pagkatapos maikling ilarawan ni Rob ang apat na gear at pagkatapos ay bilang isang nahuling pag-iisip, inilarawan din niya ang neutral.

"Palagi kong iniisip na ang neutral ay pagiging tamad," komento ni Rob.

Isang gabi sa linggong iyon, nakaramdam ng pagkadismaya si Rob pagkatapos ng isa pang araw ng pagtatrabaho sa kanyang resume ng trabaho at paggawa ng higit pang mga tawag sa telepono tungkol sa mga posibilidad ng trabaho. Sa simula ay hindi niya napansin na ang kanyang mga mata ay nagsisimula nang duling at ang kanyang isip ay tumuon sa ilang linggo na siya at ang kanyang pamilya ay nakatira sa bahay ng kanyang in-laws, habang siya ay walang trabaho. Nang magsimulang tumakbo ang kanyang isip ay nakilala niya na siya ay nasa unang gear.

Pinagmasdan niya ito saglit, bumalik sa unang gamit, at bahagyang ngumiti nang mapagtanto niya kung ano ang nangyari.

Nauna nang hiniling ng kanyang sampung-taong-gulang na anak na lalaki na sumipa sa isang soccer ball, kaya nagpasiya siyang tingnan kung maaari siyang lumipat sa pangalawang gear. Sa kabutihang palad, interesado pa rin ang bata, at pagkatapos ng halos limang minutong pagsipa ng bola pabalik-balik, ang laro ay naging one-on-one na soccer match. Tumakbo sila at habang nakahiga sila sa damuhan na parehong tumatawa at humihingal, tumingala si Rob sa ulap sa langit.

Pagkatapos ng ilang mapayapang masayang sandali, gumulong siya sa kaniyang tagiliran upang tingnan ang anak niya. Habang ginagawa niya iyon, napansin niyang medyo humahaba na ang damo. Isang ideya ang biglang dumating sa kanya na makakatulong siya sa kanyang biyenan sa pamamagitan ng paggapas sa malaking bakuran. Kinabukasan ng gabi nang umuwi ang kanyang biyenan mula sa trabaho, hindi lang niya nakita ang damo na maayos na ginabas, ang mga gilid ng damuhan ay maingat na pinutol, ngunit nakahanap din siya ng sulat mula kay Rob na nagpapasalamat sa kanya sa pagpayag sa pamilya na manatili sa kanila. Matapos ang isang marubdob na pakikipagkamay at isang taos-pusong pagpapahayag ng pasasalamat mula sa kanyang biyenan, naisip ni Rob, "Pangatlong gear, at maaaring maging pang-apat na gear!"

Aralin 2 Takdang–Aralin

PARA SA PINAKAMATAAS NA BENEPISYO, GAWIN ANG TAK-
DANG-ARALIN NA ITO BAGO PUMUNTA SA KABANATA 3.

1. Magbigay ng halimbawa ng pagkilala sa iyong sarili sa unang gamit.

_____

_____

_____

_____

_____

_____

2. Magbigay ng isang halimbawa ng sinasadyang pagpunta mula sa unang gear hanggang sa pangalawang gear sa pamamagitan ng paggawa ng isang bagay na kinasasangkutan ng iyong isip at iyong katawan.

_____

_____

_____

_____

_____

_____

3. Magbigay ng isang halimbawa ng sinasadyang pagpunta mula sa unang gear hanggang sa pangalawang gear sa pamamagitan ng paggawa ng isang bagay na kinasasangkutan ng iyong isip at iyong katawan.

_____

_____

_____

_____

_____

_____

4. Ipaliwanag sa ibang tao na hindi bababa sa isa sa mga ideyang interesado ka mula sa aralin. Maikling ilarawan ang iyong karanasan.

_____

_____

_____

_____

_____

_____

KABANATA 3

ANG KALSADA

Si Rob ang kauna-unahang nagtaas ng kaniyang kamay nang magtanong si Dr. Vreda sa mga estudyante ng kanilang komento ukol sa kanilang asignatura noong nakalipas na linggo. Ibinahagi ni Rob ang kaniyang naging karanasan sa paglalaro ng putbol at paggagapas ng damuhan, at ito ay naging daan upang ang kanilang klase ay magkaroon ng masiglang talakayan tungkol sa paggamit niya ng gear sa loob ng ilang minuto.

Aniya pa ng isang babae na malamang na noong nakatingin si Rob sa mga ulap ay nasa niyutral na kondisyon ito ngunit hindi rin nagtagal dahil kaniya nang "narinig and musika." Pinuri ni Dr. Vreda ang kanilang mga pananaw tungkol sa mga gear at sinabi na ang magiging diskusyon ngayong gabi ay makatutulong sa kanila upang magkaroon pa ng mas malawak na pang-unawa.

"Tayo na't mag-umpisa ng panibagong paksa na may pamagat na 'Ang Kalsada'. Magsisimula ako gamit ang isang tanong. Itaas ang inyong kamay kung minsan nang dumaan ang inyong sinasakyan sa isang haywey kung saan sa gilid nito, sa

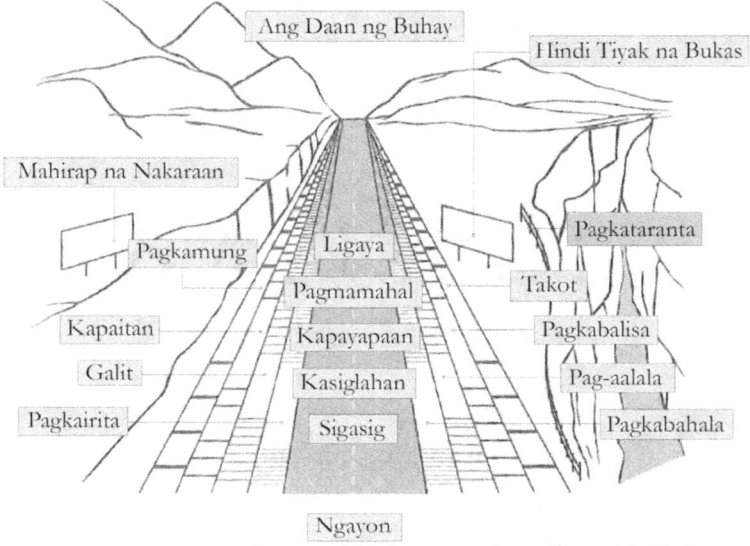

labas ng mga puting linya, ay mayroong serye ng mga maliliit na bumps sa loob ng mga aspalto na tinatawag ng ibang tao na rumble strips."

Si Rob at ang iba pang miyembro ng klase ay nagtaas ng kamay. "Nakakainis talaga ang mga bumps na iyon!" Pagpapatuloy ni Dr. Vreda. "Bakit gumawa sila ng ganoong bagay sa gilid ng kalsada?" tanong niya habang nakangiti.

Sumagot nang sabay-sabay ang iilang miyembro ng klase, "Upang magising ka," "Upang hindi ka makatulog."

"Kung ganoon, bakit ito mahalaga?" Ani Dr. Vreda gamit ang mapaglarong tono.

"Kung ikaw ay lalayo nang sobra mula sa kalsada, maaari kang mabangga," usal ni Rob.

"Nais kong itaas ang iyong kamalayan ngayong gabi. Bawat isa sa atin ay may tatahaking patag na daan na mayroong isang serye ng rumble strips sa magkabilaang gilid nito. Ang kalsada ang tatawagin nating 'Ang Kasalukuyan' o sa madaling salita, ang kagyat dito at ngayon. Kung lalayo tayo sa gawing kanan, ipababatid sa atin ng bahagyang panginginig dulot ng rumble strips na naanod tayo sa pag-iisip sa hindi tiyak na hinaharap. Kung nagkataon naman na sa kaliwang banda ng kalsada tayo magawi, ang hindi komportableng mga bahagyang pagyanig gawa ng mga rumble strip ay ang magsisilbing paalala sa atin na tayo ay naanod na sa mabatong nakaraan ng hindi kasiya-siyang mga alaala. Hayaan ninyo akong ipakita sa inyo ang larawan dito sa transparency."

Pagkatapos nito ay naglagay si Dr. Vreda ng transparency na pinamagatang "Ang Kalsada ng Buhay" sa itaas ng prodyektor.

"Tulad ng nakikita ninyo, mayroong isang banda ng rumble strips na ilang talampakan ang lapad sa magkabilang gilid ng haywey. Sa labas ng medyo maliit na banda ng rumble strips na iyon, may palaki nang palaking hanay ng mga bumps, hanggang sa ang mga ito ay halos kasing laki ng speed bumps, gaya ng mga makikita sa mga paaralan. Ang mga malalaking bump sa Daan ng Buhay ay mas matindi rito, nakababagabag ng emosyon, na nagsisilbing paalala at babala sa tuwing tayo ay naliligaw sa ating tamang direksyon.

Kung titingnan ninyo rito sa ibaba ng larawan, mayroong isang mensahe na nagsasabing, 'Ang mga nakatutusok na sensasyon ay isang senyales na naligaw ka sa kalsada ng realidad.

Sa puntong ito, isa sa mga miyembro ng klase ang nagtaas ng kaniyang kamay at nagtanong, "Ano ang ibig mong sabihin sa kalsada ng realidad? Ang nakaraan at ang kasalukuyan at ang hinaharap ay bahagi ng katotohanan, ganoon ba?"

"Iyan ay isang napakahalagang tanong," taimtim na tugon ni Dr. Vreda.

"Kung masasagot lang natin ang isang tanong na iyan ngayong gabi, magiging maayos ang ating oras. Hayaan ninyo akong subukan itong sagutin sa pamamagitan ng pagbabahagi ng isang kasabihan. Ito ay binanggit ng isang sikat na sikolohista na si Fritz Perls, "Sa kasamaang palad karamihan sa mga tao ay bihirang magpakita para sa kanilang buhay habang ito ay kanilang isinasabuhay."

Umusbong ang mahinang tawanan sa mga miyembro ng klase at nagpatuloy si Dr. Vreda, "Noong una kong marinig ang pahayag na iyon, ako rin ay tumawa dahil napagtanto ko na gumugol ako ng maraming taon na hindi 'ganap na nagpapakita habang-buhay.' Ang prinsipyo ng 'ganap na pagpapakita para sa buhay' ay nagmamarka ng natatanging linya sa pagitan ng mataas na daan ng katotohanan at ng hating karanasan dahil sa pagsubok sa emosyon na mamuhay sa isang lugar malayo sa kung nasaan ka ngayon. Halimbawa, kahit na ang ating katawan ay narito sa silid-aklatan sa partikular na silid na ito, isang bahagi at sa ilang mga kaso ay isang malaking bahagi, ang ating isipan ay maaaring nasa ibang lugar. Kaugnay nito, hindi ka ganap na nagpapakita sa klase ngayong gabi. Ito ang nangyayari sa tuwing hinahayaan natin ang ating isipan na gumala alinman sa mga hindi kasiya-siyang alaala mula sa ating nakaraan o sa kawalan ng katiyakan tungkol sa ating hinaharap.

Lahat tayo ay maaaring medyo wala sa pagkakahanay at kinakailangang magkaroon ng kamalayan sa kung saan tayo madalas na naaanod. Halimbawa, malamang na hindi ako nakahanay sa hinaharap, at kung hindi mag-iingat, magsisimula akong lumipat patungo sa labis na pagtutuon ng pansin sa hinaharap."

Umangat ang isa pang kamay ng isang miyembro ng klase at nagtanong, "Ibig ba sabihin nito ay hindi magandang magpokus sa hinaharap? Ibig kong sabihin, ang magplano nang maaga at maging handa ay mabuti."

"Ito ay kung saan ang ilang mga subtletie ng mahusay na pagmamaneho ay naglaro. Hayaan ninyo akong sumipi mula sa isang nakatutuwang aklat na pinamagatang "The Precious Present na isinulat ni Spencer Johnson": "Matalino para sa akin na isipin ang nakaraan at matuto mula sa aking nakaraan. Ngunit hindi mainam para sa akin na tumigil sa nakaraan dahil sa ganoong paraan ako nawawala sa sarili ko. Naangkop ding mag-isip tungkol sa kinabukasan at maghanda para sa kinabukasan ngunit hindi akma para sa akin na mabuhay sa hinaharap. Dahil doon ay puwede rin akong mawala sa aking sarili" (Doubleday, 1992, p. 48-49).

"Ang pinakamahusay na sagot na maibibigay ko sa iyo sa puntong ito ay ang aming pagpaplano sa hinaharap at pagtatakda ng layunin na siyang pinakamahusay na gumagana sa isang niyutral at kaaya-ayang estado ng pag-iisip. Ito ay kung paano tayo magkakaroon ng inspirasyon at bumuo ng isang positibong pananaw para sa pag-abot ng mga layunin at paglutas ng mga problema. Kung susubukan nating tumuon sa hinaharap sa isang first gear mode, malamang na mababalisa tayo—na para bang nabubuhay na tayo sa isang hindi kasi-ya-siyang hinaharap, at maaaring, sa katunayan, magsimula ng negatibong proseso ng propesiya na tumutupad sa sarili."

"Hindi ako sigurado kung natugunan ko nang buo ang iyong tanong," ani Dr. Vreda.

Sumagot ang isang miyembro ng klase, "Kailangan ko pang pag-isipan ito. Ito ay isang bagong ideya para sa akin."

Ang isa pang kamay mula sa miyembro ng klase ang tumaas upang magtanong, tinutukoy ang diagram, "Ano ang ibig mong sabihin sa pagkataranta doon sa gilid ng bangin?"

Ipinaliwanag ni Dr. Vreda, "Sa labas ng malayong gilid ng rumble strips na nakatuon sa hinaharap ay isang matinding babala na tinatawag nating panic attacks."

"Ito ay kapag ang puso ay tumibok nang napakabilis na inilalarawan ng mga tao na parang atake sa puso o pakiramdam na ang kanilang puso ay lalabas na sa kanilang dibdib. Ang isa pang karaniwang sintomas ng takot ay ang labis na nakatatakot na sensasyon ng hindi makakuha ng sapat na hangin. Inilarawan ito ng ilang indibidwal bilang pakiramdam ng mabigat na bigat sa kanilang dibdib. Hindi pa ako personal na nakaranas ng isa, ngunit mula sa sinabi sa akin ng aking mga kliyente, ilang bagay ang mas nakakatakot."

"Gusto kong ihambing ang panic attack sa isang guard-rail sa gilid ng isang haywey na kinakaharap natin kapag napakalayo na natin sa kalsada. Ito ay isang nakatatakot na karanasan kung kaya't maraming tao ang handang humingi ng mga serbisyo sa kalusugan ng isip at subukan ang iba't ibang paraan sa buhay sa pagsisikap na maiwasang maulit ang gayong karanasan."

"Ang isa sa mga sensasyon na mararamdaman sa tuwing nasa rumble strips ay kung hindi mo alam kung ano ang nang-yayari, ang nakagugulat na emosyon ng pagkabalisa at takot ay maaaring magdulot sa atin ng higit na kahalagahan sa ating mga iniisip. Gayundin, sa mga kalagayang iyon ng pag-iisip, ang ating puso ay nagsisimulang tumibok nang kapansin-pansin katulad ng tunog ng pagiging nasa isang rumble strip."

Sa puntong iyon ay masiglang tinapik ni Dr. Vreda ang kali-wang bahagi ng kanyang dibdib gamit ang kaniyang kanang kamay, na lumikha ng mabilis na kalabog na katulad ng pag-tama ng rumble strip.

"Maraming tao, kapag mayroon silang ganoong kalakas na pisikal na reaksyon, naniniwala sila na kung ano ang iniisip nila ay nararapat lamang na samahan ng ganoong reaksyon.

Sa ganitong kalagayan, kung hahayaan nating lumaga-nap ang ating mga iniisip, mas magiging malinaw ang mga ito na parang totoo ang ating mga takot, sa harap mismo ng ating mga mata."

"Tingnan ang mas banayad, paunang pag-ugong sa hina-harap na mga guhit ng pag-igting at pag-aalala. Ang problema sa dalawang ito ay kahit na sila ay hindi komportable, ang isang tao ay nakakasakay pa rin sa kanila nang hindi nakakaram-dam ng panganib o wala sa kontrol. Bilang halimbawa nito, humigit-kumulang tatlumpu't limang taon akong nagmama-neho na may isang kumpol na mga gulong sa worry rumble strips sa Kalsada ng Buhay. Alam kong ako ay isang 'worry wart,' ngunit nadama ko na iyon lamang ang aking kapalaran sa buhay at wala na akong magagawa tungkol dito."

"Namangha ako nang marinig ko ang ilang mga indibidwal na nagsasabing bihira, kung kailanman, mag-alala at iniisip lamang na sila ay isang fluke. Sa ilang kadahilanan, nadama ko na kung ang aking buhay ay hindi puno ng tensiyon at pag-aalala, hindi ko gagawin ang aking buong bahagi. Kaya't nagpunta ako, araw-araw, humahampas sa aking isipan. Hindi ko alam, hanggang sa kalagitnaan ng buhay, na mayroong isang maayos na daan na magagamit hindi masyadong malayo sa kung saan ako naglalakbay nang napakatagal."

"Sa katunayan, paminsan-minsan, nagpupunta ako sa kalsada ng kasalukuyan kapag gumagawa ako ng isang bagay tulad ng pangingisda o paglalaro sa aking aso. Nararamdaman kong mas mapayapa, ngunit parang hindi pamilyar, at naisip ko na kahit papaano ay tinatalikuran ko ang aking tungkulin na huwag makaramdam ng tensiyon."

"Habang natututo akong 'magmaneho' nang mas mahusay sa aking isip na mas madalas sa kasalukuyan, isang kamangha-manghang bagay ang nangyari sa akin."

"Ang pananatili sa kalsada ay naging isang pagsisikap noong natutunan kong tumbasan ang aking nakasanayan sa pagpatianod sa hinaharap. Napagtanto ko na ngayon na ang kasalukuyan kung saan gustong maglakbay ng aking pagkatao ngunit kinakailangan ng maraming pagtatrabaho upang makapunta sa hinaharap. Gusto kong isipin ang tensiyon na naranasan ko na para bang nilalabas ko ang ulo ko sa bintana ng kotse habang sinusubukang magmaneho."

"Kung ang kotse ay tulad ng aking katawan at ang aking posisyon sa ulo ay tulad ng aking isip, habang ang dalawa ay nagsisimulang maghiwalay, mas mahirap na mapanatili ang kontrol. Isang kasiya-siyang karanasan ang mapagtanto na ang karamihan sa aking pakiramdam na walang kontrol at pagka-balisa ay hindi mula sa aking mga kalagayan, ngunit mula sa direksiyon kung saan ako nahilig sa pag-iisip. Ikinalulugod ko ang ilang input upang makita kung ito ay may kabuluhan mula sa iyong karanasan."

Isa sa mga lalaki sa silid ang nagtaas ng kaniyang kamay at nagsabi, "Naalala ko ilang taon na ang nakararaan nasa bakasyon kami ng pamilya ko sa kabundukan, at nang mata-pos ang simentong daanan ay kailangan naming maglakad nang mga sampung milya sa isang medyo washboard na kalsada. Ang daan noon ay sobrang umbok na halos gusto kong lumingon, pero nagpatuloy kami. Makalipas ang ilang araw sa aming pag-alis, nagulat ako sa pagkakataong ito kung gaano kakinis ang daanan pagkatapos naming bumaba sa maruruming kalsada.

Napagtanto ko na sa paglabas ng mga washboard sa kalsada ay hindi ako gaanong naabala dahil nasanay na ako sa kanila. Nang tumama ako sa simento, napagtanto ko kung gaano talaga sila kagulo. Hindi ko maiwasang isipin na ang aking bakasyon ay tulad ng pagpunta sa maayos na daan pagkatapos ng tensiyon at pag-aalala mula sa trabaho. Hindi ko namalayan kung gaano ako katensiyon hanggang sa makalabas kami ng bayan at lumabas sa mga bundok. Nangako akong susubukan kong kunin ang kapayapaang nadama ko sa aming paglalakbay kasama ako, ngunit hindi man lang ito nagtagal."

Sumagot si Dr. Vreda sa nagsabing, "Iyan ay isang magandang halimbawa! Itinuturo nito ang isang bagay na napakahalaga sa buong prosesong ito. Ang pinakamagandang bahagi tungkol sa pagkakaroon ng trangkaso ay ang pagtaas ng pasasalamat para sa iyong kalusugan kapag nagsimulang bumuti ang iyong pakiramdam. Nasa normal na takbo ng buhay, nakararanas tayo ng malawak na hanay ng mga emosyon, at kahit na ang mga bata ay maaaring makilala ang isang emosyon mula sa iba. Halimbawa, mararamdaman ng lahat ang kaibahan sa pagitan galit at saya.

Ngunit, tulad ng iyong halimbawa tungkol sa washboard mountain road, maaari kang masanay sa isang partikular na emosyonal na estado ng pag-iisip at magsimulang tanggapin iyon bilang tanging pagpipilian mo."

Isang babae mula sa klase ang nagtaas ng kamay at nagtanong, "Posible bang balikan ang hinaharap at ang nakaraan? Parang ang dami kong ginagawa eh."

"Oo, tiyak," sagot ni Dr. Vreda. "Sa aking karanasan sa pakikipagtulungan sa mga tao at sa pagsisikap na maunawaan ang aking sarili, tila may dalawang paraan upang gawin iyon."

Ang mas karaniwang padron ay kung ano ang tatawagin kong swerving in and out: naninirahan sa mga negatibong bagay mula sa nakaraan at pagkatapos ay ipapakita ang mga ito sa hinaharap na nagdudulot ng mas matinding kapaitan at hinanakit tungkol sa mga bagay na nangyari sa nakaraan. Ang pabalik-balik na swerving na ito na tumataas ang intensidad ay kadalasang bahagi ng clinical depression. Sa katunayan, madalas kong iniisip ang depresyon bilang isang recipe na ang mga pangunahing sangkap ay patuloy na paghahalo ng galit at takot.

Kung isasama mo ang dalawang emosyong iyon sa isang beaker, ang timpla ay magiging itim, malabo at mabaho!"

Ang ilan sa mga miyembro ng klase ay tumawa at nagtanong si Dr. Vreda, "Sa pagtataas ng mga kamay, ilan sa inyo ang nag-iisip na ang depresyon ay mabaho?" Lumilitaw na lahat ng miyembro ng klase ay nagtaas ng kanilang mga kamay, ang ilan ay mas masigla kaysa sa iba, at sinabi ni Dr. Vreda, "Ang dahilan kung bakit ito mabaho ay para hikayatin tayong huwag magustuhan ito. Ang depresyon ay ang ehemplo ng wala sa kasalukuyan at hindi nagpapakita habang buhay. Naranasan ko na iyon, at ang aking isip ay sa anumang bagay maliban sa kasalukuyan at tiyak na hindi sa anumang bagay na umaasa o nakapagpapatibay."

"Pero paano kung mabaho ang regalo mo?" tanong ng isang lalaki sa likod ng klase. Ilang miyembro ng klase ang mahinang tumawa, ngunit ang mahina at medyo matalas na tono ng boses ng lalaki ay nagpahayag ng personal na katangian ng tanong.

"Ang iyong tanong, sa aking paniniwala, ay isang halimbawa ng pangalawang uri ng pagiging pareho sa nakaraan at sa hina-harap sa parehong oras. Ipapakita ko ito bilang isang kalsada na napakakitid. Ang isang tao ay maaaring sumakay na may parehong set ng mga gulong sa mga rumble trip sa mga gilid ng kalsada. Sa ganitong sitwasyon, para bang wala ang kalsada at lahat ng mayroon, ay mga rumble strips. Isang lalaki na mada-las na nabalisa, itinuro ito sa akin nang malinaw ilang taon na ang nakalilipas. Noong ibinahagi ko sa kaniya ang diagrama ng

Kalsada ng Buhay, sinabi niya, 'Gusto mo bang malaman kung ano ang pakiramdam sa akin ng buhay? Para akong nakasakay sa isang bisikleta, at ang kalsada ay halos maluwang sapat na para sa aking mga gulong ng bisikleta at ako ay halos palaging nasa magaspang na panig. Kadalasan, tila nakasakay ako sa aking bisikleta, ngunit nakasakay sa pagitan ng mga riles sa isang riles ng tren, na patuloy na nabubulok sa pamamagitan ng pagtama sa mga kurbata ng riles at simpleng paghawak para sa mahal na buhay.'

Nalaman ko na kapag inilarawan ng isang tao ang kanyang buhay sa ganoong paraan, karaniwan nang matagal na panahon na halos wala silang pahinga mula sa isang masakit na emosyonal na karanasan. Kung tatanungin mo sila, kadalasang sinasabi nila sa iyo na ang ideyang ito ng paghahanap ng kapayapaan sa kasalukuyan ay walang kahulugan sa kanila. Para bang ang anumang koneksyon sa kasalukuyan ay naipit at wala na.

Nalaman ko na sa ilang pananaw at pagsasanay, sinuman ay maaaring magsimulang buksan ang koneksyon na iyon, o sa madaling salita, hanapin ang daan."

"Tatapusin natin itong diskusyon ngayong gabi kasama ang isang mungkahi o dalawa na sana ay makakatulong upang magamit ang mga ideyang napag-usapan natin. Minsan sa linggong ito ay makikita mo ang iyong sarili na nararamdaman ang nakakagambalang mga rumble strips. Kapag ginawa mo ito, hinihikayat ko kayo na una sa lahat ay kilalanin na kayo ay naliligaw sa iyong mga iniisip mula sa kasalukuyan.

Pangalawa, hinihikayat ko kayo na tukuyin ang emosyon na iyong nararanasan. Nakikita kong personal na nakatutulong na itigil pansamantala at talagang sabihin sa sarili ko ang emosyon na mayroon ako. Susunod, suriin upang makita kung ang iyong mga iniisip ay, sa katunayan, papunta sa hinulaang direksyon batay sa iyong emosyon. Halimbawa, kung nakaramdam ka ng galit, suriin ang iyong mga iniisip upang makita kung ikaw ay naaalala at naninirahan sa ibang mga oras ng problema o pagkabigo na naidulot sa iyo ng taong nagagalit sa iyo.

Kapag natukoy mo na ang iyong damdamin at ang direksyon ng iyong mga iniisip, alam mo na ngayon kung saang bahagi ka ng daan. Iyon ay isang napakahalagang hakbang sa pagiging alam mo ang iyong sarili, at pagkatapos ay makontrol mo ang iyong sarili."

Pagkatapos ay nagtanong si Dr. Vreda, "Kung literal kang nagmamaneho ng kotse at natagpuan ang iyong sarili na naliligaw sa kalsada nang napakabilis, ano ang unang bagay na gusto mong gawin?"

Sabi ng isang lalaki sa tabi ni Rob, "Maaari munang ihakbang ang iyong paa off sa gas at simulan ang pagbagal. Hindi mo gustong gumawa ng anumang biglaang pagliko patungo sa kalsada o baka sumobra ka."

"Tama iyan," sabi ni Dr. Vreda.

"Maaaring magsimulang mabagal, at iyon ang gusto mong gawin kapag ikaw ay nasa emosyonal na rumble strips. Pahintulutan ang iyong sarili na huminto sa paghahabol sa mga nakakagambalang mga kaisipan sa iyong isipan sa pamamagitan ng literal na pagpapabagal sa iyong lakad."

"Itigil ang anumang maaari mong sabihin, alinman sa malakas o sa iyong mga iniisip, at huminga ng malalim.

Makatutulong ito. Gaya ng nakikita mo, habang tumutuon ka sa iyong paghinga, mas nakakakonekta ka sa iyong katawan. Iugnay ito sa aralin noong nakaraang linggo, anong gamit mo sa pamamagitan ng pagtutok sa iyong paghinga?"

Tumugon si Rob sa pagsasabing, "Ikaw ay lumilipat sa pangalawang paraan sa pamamagitan ng pagsasama ng iyong isip at katawan."

"Tama iyan," ngumiti si Dr. Vreda. "Nakikita ba ng iba sa inyo kung paano iyon isang aksyon sa pangalawang gear?"

Ang mga miyembro ng klase ay tumango at nagpatuloy si Dr. Vreda, "Pagkatapos mong maramdaman ang iyong sarili na nagsisimula para bumagal, ang pagtutok sa paghinga ay makakatulong din sa iyo na gumaan bumalik ka sa daan. Pagkatapos ay maaari mong tulungan ang iyong sarili na huwag bumalik sa unang gear at manatili sa pangalawang gear sa pamamagitan ng paggawa ng isang bagay na produktibo sa iyong katawan na higit sa pagtutok sa iyong paghinga.

Ito ay higit pang makakatulong sa iyo na bumalik sa kagyat na kasalukuyan, at mula sa mga rumble strips. Narito ang isang assignment sheet kung saan maaari mong itala ang iyong karanasan. Mangyaring subukan ito at pag-usapan natin ito sa susunod. Sana maging goodweek kayong lahat!"

Sa pag-uwi mula sa silid-aklatan, tuwang-tuwa si Rob sa natutuhan niya sa klase kaya hindi na siya makapaghintay na makauwi para sabihin ito kay Linda.

Pagdating ni Rob sa bahay ay nakita niya si Linda na nakaupo sa harap na hagdan at sinimulan niyang ikwento ang tungkol dito mga bagay tulad ng rumble strips at ang kasalukuyan.

Pagkatapos niyang huminahon ng kaunti, sinabi ni Linda sa medyo patag na tono, "Mukhang nag-enjoy ka sa klase. Natutuwa akong ginawa mo." Masasabi ni Rob na hindi maganda ang gabi ni Linda, at tinanong ni Linda kung maaari silang mamasyal sa kapitbahayan at mag-usap nang pribado. Nagtaka si Rob kung anong meron at agad na naglakad kasama si Linda.

Naglakad sila ng ilang sandali sa katahimikan, hanggang sa sinabi ni Rob, "Nararamdaman kong naiinis ka. Ito ba ay isang bagay na ginawa ko?"

Hindi alam ni Linda kung paano magsisimula, nagsimulang magsabi ng isang bagay, nag-alinlangan, at pagkatapos ay sinabing, "Siguro pagod lang ako ngayong gabi, ngunit talagang nakakaramdam ako ng pagkabigo. Nag-aalala ako na nauubos na namin ang aming pagtanggap dito kasama ang aking mga kamag-anak, at nagsisimula akong magalit sa katotohanang lumayo kami sa aming mga kaibigan at sa aming bahay at lahat ng bagay."

"Bakit hindi mo nagawang panatilihin ang iyong trabaho, kahit na hindi ito ang pinakadakila? Dito tayo nakaupo na wala lang."

Nagulat si Rob na nakikinig siya sa mga pagkabigo ni Linda nang mas madali kaysa sa karaniwan niyang nagagawa at nadama niya ang kanyang sarili na nahabag sa kanya. Sabi niya, "Pasensya na. Ganiyan pala ang nararamdaman mo. Napakahirap talagang subukang magsimulang muli sa ganito, at sigurado akong naging mahirap ito sa iyo. Pakiramdam ko talaga ay gagana ito."

Inakbayan ni Rob ang mga balikat ni Linda at tahimik silang naglakad nang isang minuto. Tila naaaliw si Linda sa hindi pagiging defensive ni Rob at nakikinig sa kanya.

Hiniling niya sa kay Rob na sabihin sa kanya ang higit pa tungkol sa klase. Nagsimulang ipaliwanag ni Rob sa kanya ang mga bagay na natutunan niya sa klase, at nang makabalik sila sa bahay ay ipinakita niya sa kanya ang diyagrama ng Kalsada ng Buhay. Pagkatapos tingnan ni Linda ang diagram ng ilang sandali ay sinabi niyang, "Nakikita ko ang aking sarili sa buong larawang ito kamakailan. Mukhang marami kang natututunan dito. Baka makasama ako sa iyo sa susunod na linggo."

"Mabuti iyan! Baka pareho tayong gumawa ng assignment ngayong linggo para makita kung nakakatulong ito," Tuwang-tuwang sabi ni Rob.

Aralin 3 Takdang–Aralin

PARA SA PINAKAMATAAS NA BENEPISYO, GAWIN ANG TAK-
DANG-ARALIN NA ITO BAGO PUMUNTA SA KABANATA 4.

1. Kapag nakakaramdam ng pagkabalisa, kilalanin na naliligaw ka sa kasalukuyan sa iyong pag-iisip at maikling ilarawan ang sitwasyon.

_____

_____

_____

_____

_____

_____

_____

2. Tukuyin ang damdaming iyong nararanasan.

_____

_____

_____

_____

_____

_____

3. Tingnan ang diagram ng "Daan ng Buhay" at tingnan kung ang iyong mga iniisip ay papunta sa hinulaang direksyon batay sa iyong damdamin.

_____

_____

_____

_____

_____

_____

4. Pabagalin ang iyong sarili sa pamamagitan ng pagkuha ng ilang mabagal, malalim na paghinga.

5. Matapos mahanap ang iyong sarili na lumuwag pabalik sa kasalukuyan, gumawa ng isang bagay na malusog sa iyong isip at katawan upang payagan ang iyong sarili na maging pangalawang gamit.

6. Ipaliwanag ang kahit isang ideya na kawili-wili sa iyo mula sa aralin sa ibang tao. Maikling ilarawan ang iyong karanasan.

_____

_____

_____

_____

_____

_____

KABANATA 4

ANG GASOLINA

Pagkatapos ng kaunting kaba sa pagdalo sa klase bilang bagong dating, mabilis na napatahimik si Linda ng isang magiliw na pagbati mula kay Dr. Vreda at gayundin ang malinaw na kaaya-ayang kapaligiran sa iba pang miyembro ng klase.

Nagsimula ang klase sa pag-imbita ni Dr. Vreda sa isang miyembro ng klase na magbahagi ng isang karanasan batay sa aralin noong nakaraang linggo at takdang-aralin. Isang babae ang nagboluntaryo at nagsabing, "Nakakaranas ako ng isang nakakatakot na oras na natutulog ilang gabi na ang nakalipas .Pumihit ako ng halos isang oras at hindi ko maalis sa isip ko na tumahimik. Nakaramdam ako ng kawalan ng kakayahan at pagkatapos ay naalala ang takdang-aralin at naisip kong subukan ito. Ang damdaming natukoy ko ay nag-aalala, at ang iniisip ko ay nasa aking anak na binatilyo. Siya ay nahuhuli sa paaralan at habang siya ay mas nadidismaya, mas mahirap makipag-usap sa kanya tungkol sa pagtulong sa kanyang takdang-aralin nang hindi siya nagagalit. Nakatuon ako sa kung paano siya maaar-ing hindi makapagtapos ng mataas na paaralan sa loob ng ilang taon at pagkatapos ay kung ano ang mahirap na oras na siya ay makakahanap ng magandang trabaho."

"Naging medyo nakatatawa sa akin habang napagtanto ko ang aking mga iniisip ay ilang taon sa hinaharap at na tumugma ito sa diagram ng 'Kalsada ng Buhay' dahil nauna ako sa aking sarili. Ginawa ko ang sinabi mo at sinubukang huminga ng ilang mabagal at malalim at tumuon sa paghinga. Iyon ay tila nakatulong nang kaunti, ngunit ang mga naka-babahalang kaisipan ay patuloy na sinusubukang bumalik, halos parang asong kumagat sa takong ko. Nagpatuloy ako sa pagtutok sa aking mas mabagal na paghinga sa loob ng ilang minuto, at pagkatapos ay nagpasya akong bumangon at maghanap ng gagawin. Maglilinis na sana ako sa kusina nang makita ko ang sako ng tanghalian na ginamit ng aking anak noong nakaraang araw. Nagpalipas ako ng ilang minuto sa paggawa ng extra special na tanghalian na dadalhin niya sa paaralan kinabukasan. Habang ginagawa ko iyon, naisip ko kung gaano ko siya kamahal at gusto ko ang pinakama-husay para sa kanya, at isang magandang pakiramdam ang sumalubong sa akin. Atleast naibigay ko ang anak ko isang magandang pagpapadala sa paaralan, pagkatapos magkaroon ng medyo disenteng tulog at palabasin siya ngpinto na may dalang maliit na pakete ng pangangalaga."

Nang matapos ang babae sa kanyang mga komento, sinabi ni Dr. Vreda, "Mahusay na trabaho iyon! Nakikita mo ba kung paano sa pamamagitan ng pagtatrabaho sa bawat punto sa tak-dang-aralin ay mas nagamit niya ang kanyang lakas at magka-roon ng mas positibong karanasan?"

Tumango ang mga miyembro ng klase at ilan sa kanila ang bumati sa kanya sa paggawa ng magandang trabaho. Pagkatapos ay sinabi ni Dr. Vreda, "Magaling kayo bilang isang klase. Nakikita kong magaling kayong mag-aaral sa pagmamaneho. Umaasa ako na nagsasaya ka dito at nagsisimula nang makaranas ng kaunting kalayaan habang nagsasanay ka sa paggamit ng mga gears at sa pagbabasa ng kalsada nang mas mahusay. Ito ay talagang isang porsyento na bagay.

Habang sinisimulan mong taasan ang porsyento ng mga sandali na talagang nananatili ka sa kalsada, maaari kang maging mas mahusay sa paglilipat ng mga gears kapag iba't ibang mga hadlang o hamon ang maaaring nasa iyong landas. Hindi lahat ng kalsada ay patag, di ba? Kadalasan, mayroon tayong makabuluhang mga kursong pataas na kailangan nating kunin. Ang pagsasanay na ito ay hindi lamang tungkol sa paghahanap ng madaling landas, ngunit ito ay tungkol sa pagsisikap na mamuhay nang mas ganap at paggamit ng enerhiya nang mas matalino."

"Ang leksyon ngayong gabi ay pinamagatang 'Ang Gasolina,' at sa oras na matapos ang gabi, sana ay mas maunawaan mo ang tatlong uri ng gasolina na mapagpipilian sa pagkuha ng pinakamahusay na mileage sa iyong buhay. Bawat isa sa mga aralin ay nakabatay sa mga nauna at sana ay nagpapatibay sa mga bagay na ating natututuhan. Bawat gabi ay inilalahad ko ang mga ideya sa bahagyang naiibang paraan na tumutulong sa iyo na mas maiugnay sa konsepto o kasanayang pinag-uusapan natin."

"Personal kong natutunan ang ideyang ito ng mga panggatong mula sa isang psychologist na nagngangalang George

Pransky nang dumalo sa isang seminar na itinuro niya sa magandang coastal city ng La Conner, Washington.

Ang mga araw na nandoon ako ay sobrang kapana-panabik dahil sa bago at nakakaintriga na tanawin sa baybayin, amoy ng karagatan, paglalakad sa mga pebble beach, at pag-enjoy sa lasa ng seafood. Marahil dahil marami ako sa kasalukuyan at nasasabik akong matuto, ang materyal na ito ay gumawa ng napakalalim na epekto sa akin. Sana ay maibabahagi ko sa inyo ang ilan niyan sa leksyon ngayong gabi."

Sa puntong ito, si Dr. Vreda ay gumuhit ng halos isang talampakan dayametro na bilog sa itaas na bahagi ng pisara at sinabing, "Ang unang gatong na pag-uusapan natin ngayong gabi ay ang gatong ng inspirasyon. Ang panggatong na ito ay kung ano ang sinadya ng ating mga nilalang na pinagagana at nakukuha kapag tayo ay nasa kasalukuyan. Ito ay isang mataas na pagganap na gasolina na may mahusay na agwat ng mga milya at aktwal na tumutulong sa paglilinis ng ating katawan, isip at espiritu."

Kasunid nito ay gumuhit si Dr. Vreda ng isang bilog na halos kalahati ng laki ng kanyan naunang iginuhit, sumasali sa kali-wang bahagi. "Ang pangalawang gasolina na ilalarawan ko sa madaling sabi, ay may kinalaman sa panggatong ng nakaraan, na tatawagin nating fossil fuel. Ano ang ilang halimbawa ng fossil fuels?"

Sumagot ang isang miyembro ng klase, "Oil, coal at natural gas."

"Tama iyan," sabi ni Dr. Vreda. "At alam mo ba kung saan ginawa ang mga fossil fuel na iyon?"

Ang parehong miyembro ng klase ay nagsabi, "Sa tingin ko patay na halaman at mga dinosaur."

"Oo. Ang mga sinaunang nabubulok na bagay ang gumagawa ng mga fossil fuel na ito, at pinagagana natin ang ating pagkatao sa mga panggatong na ito kapag tayo ay naninirahan sa mga pangit at masakit na alaala mula sa nakaraan. Kabaligtaran sa mga pisikal na fossil fuel, na patay na at nabubulok, mayroon tayong kakayahan sa mental fossil fuel na buhayin ang mga lumang dinosaur na iyon. Ang iniisip mo ay lumalaki at hindi lamang makakapagbigay-buhay sa mga dinosaur na ito, ngunit sa pamamagitan ng regular na pag-iisip tungkol sa kanila, lumalaki sila mula sa maliit hanggang sa malaki at tila sinusundan tayo saan man tayo magpunta."

Pagkatapos ay gumuhit si Dr. Vreda ng isang bilog sa tapat ng fossil fuel, na katabi rin ng mas malaking bilog at sinabing, "Ang huli sa tatlong panggatong ay tinatawag na panggatong ng imahinasyon, at ito ang pinagagana natin sa ating mga nilalang habang tayo ay labis na nakatuon sa 'what-ifs' ng hinaharap. Marahil lahat tayo ay nagkaroon ng ating mga imahinasyon na tumakbo palayo sa atin minsan. Tulad ng paglaki ng fossil fuel dinosaur, ang gasolina ng imahinasyon ay maaaring maging sanhi ng mabilis na paglaki ng ating mga takot sa kung ano ang iniisip nating pinakamasamang bangungot. Ang tuluy-tuloy na katangian ng mga panggatong na ito ay maihahambing sa isang lobo ng sirko, kung saan ang clown ay maaaring mag-twist ng iba't ibang bahagi ng lobo upang makagawa ng mga laruang hayop. Ito ay parehong dami ng volume sa lobo, ngunit depende sa kung paano ito pinipiga at tinali, ang iba't ibang mga seksyon ay may iba't ibang laki."

"Halos hindi tayo lubos na napupunan ng gatong ng inspirasyon. Ang mga karanasang iyon ay malamang na dumating sa mga panahon ng matinding natural na mataas, kung ano ang tinawag ng psychologist na si Abraham Maslow 'peak experiences.' Mas madalas na mayroon tayong pinaghalong mga panggatong at ang porsyento ng pinaghalong epekto ay malaki ang epekto sa atin. Karaniwan, ang pinaghalong gasolina na ito ay nakakaapekto sa bawat aspeto ng ating pagkatao, tulad ng ating postura at ang ating pananaw."

Halimbawa, karaniwan mong masasabi sa pamamagitan ng ekspresyon ng mukha ng isang tao kung aling gasolina ang nangingibabaw sa kanyang timpla. Kung ang mga tao ay may masamang tingin sa kanilang mga mukha, maaari kang makatitiyak na ang kanilang mga iniisip ay kadalasang nauugnay sa hindi kasiya-siyang nakaraan—alinman sa mga bagay na ikinagagalit nila sa iba o mga bagay na ikinagagalit nila sa kanilang sarili dahil sa ginawa o hindi nila ginagawa. Sa kabilang banda, kung masusukat mo ang mga iniisip ng mga taong may tensyonado o nakakatakot na mukha, ang mga kaisipang iyon ay tungkol sa mga bagay na hindi pa nangyayari ngunit sa kanila mangyayari ang takot."

"Kung sinusubaybayan mo ako, malamang na nagsisimula kang magtaka kung paano naiiba ang talakayan ngayong gabi sa nakaraang linggo tungkol sa kalsada at nakaraan, kasalukuyan at hinaharap. Meron na ba sa inyo nagtatanong niyan sa sarili niyo?" Karaniwang tumango ang lahat sa klase at sinabi ni Dr. Vreda, "Ang talakayan sa linggong ito ay higit na naglalatag ng pundasyon para sa mas mahusay na pag-unawa sa ating sarili sa isang mas sopistikadong antas, at umaasa ako na iyon ay magiging maliwanag habang umuunlad ang aralin."

"Bilang isang maliit na pagsusulit, magpapakita ako sa iyo ng ilang diagrams na kumakatawan sa pinaghalong gasolina ng isang partikular na tao at sasabihin mo sa akin kung aling gasolina ang nangingibabaw at kung ano ang nararanasan ng tao. Saan nakatutok ang mga iniisip ng taong ito?"

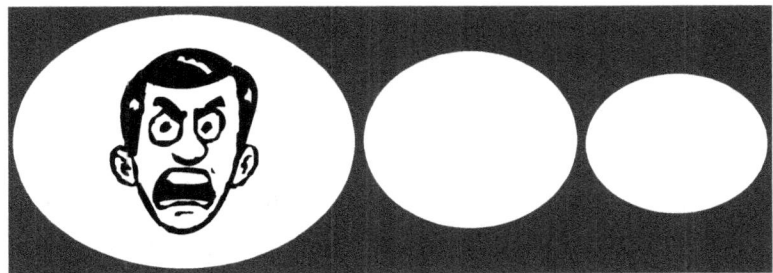

"Ang nakaraan," sabay-sabay na sabi ng ilang miyembro ng klase.

"Tama iyon at tulad ng nakikita mo sa fossil fuel nangingibabaw sa pagkatao ng tao, mukhang galit ang tao. Sige, subukan natin ang isa pa. Nasaan ang karamihan sa mga iniisip ng taong ito nakatutok?"

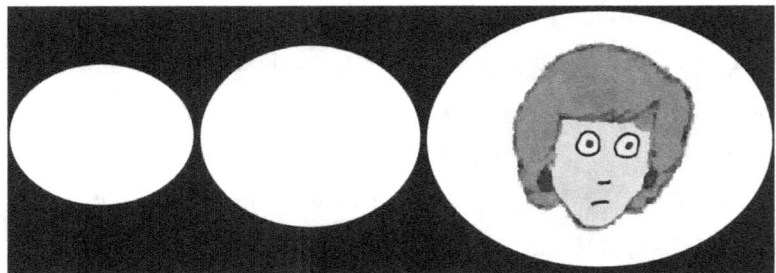

Sa pagkakataong ito, karamihan sa klase ay tumugon, "Ang kinabukasan."

"Napakahusay," sabi ni Dr. Vreda. "At tulad ng nakikita mo, ang gatong ng imahinasyon ay nagbago ng ating pagkatao sa isang nilalang puno ng takot. Okay, subukan natin ang isa pa. Nasaan ang mga iniisip sa isip ng taong ito?"

"Okay, tama na. Nakikita rin ba ng iba sa inyo ang sinasabi nila?"

Nagkatinginan sina Rob at Linda at tumango kasama ang iba pang miyembro ng klase.

Ipinagpatuloy ni Dr. Vreda, "Itong huli ay nagpapaalala sa akin ng isang Volkswagen Bug na nasa gitna dalawang malalaking semi-truck sa isang haywey. Ganito ang pakiramdam kapag ang ating mga iniisip ay pabalik-balik sa pagitan ng hindi kasi-ya-siyang nakaraan at ng nakakatakot na hinaharap.

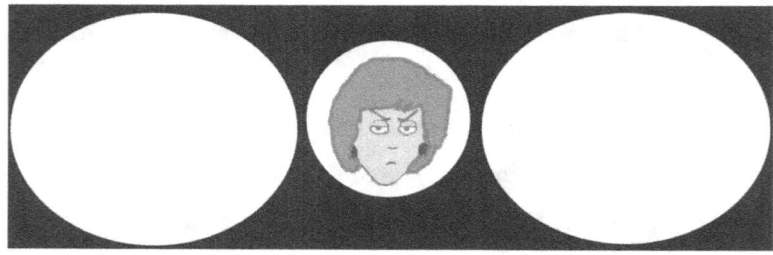

Nagreresulta ito sa isang pakiramdam ng depresyon. Ang napakaliit na bilog sa gitna ay kumakatawan sa atin kapag ang ating kasalukuyan ay halos maipit. Mahalagang malaman na ang gasolina ng inspirasyon ay magagamit sa atin, ngunit kailangan nating buksan ang pipeline, na nasa kasalukuyan, upang magkaroon ng access dito. Gusto kong isipin na ang pagbubukas ng pipeline na iyon ay katulad ng pagpapalawak ng pupil ng mata o ng lente ng camera. Para bang ang kasalukuyan ay isang buhay na bagay na maaari nating sanayin para maging mas flexible at mas madaling makapagbukas."

"Gusto ko talaga ang kasabihang, 'Ang nakaraan ay kasaysayan, ang hinaharap ay isang misteryo, at ngayon ay isang regalo. Kaya nga tinatawag namin itong present.'

Malamang na narinig ninyong lahat ang mungkahi ng 'pamumuhay nang isang araw sa isang pagkakataon.' Kung titingnan mo ang kasalukuyan bilang ngayon, ang iyong presentasyon ay tinukoy bilang dalawampu't apat na oras ang haba. Ang kasalukuyan ay maaari ding tumukoy sa mas maikling time frame ng 'the moment.' Kung minsan kapag ang buhay ay naging napakahirap makatutulong na bawasan ang buhay hanggang sa pinakamaliit na posibleng yunit ng pamumuhay, na siyang kasalukuyang sandali. Kapag binawasan natin ang buhay nang napakaliit, ito ay tila mas mapapamahalaan. Ito ay katulad ng lumang kasabihan, 'Sa tabi ng bakuran ay mahirap, ngunit sa isang pulgada ito ay isang satiyan'."

"Tatapusin natin ngayong gabi ang isang ehersisyo na maaaring makatulong sa sinuman ngunit pinaka-kapaki-pakinabang para sa mga taong ang kasalukuyan ay naging masyadong pinaghigpitan o halos naipit. Tinatawag ko itong ehersisyo 'Come To Your Senses.'" Namahagi ng handout si Dr. Vreda at nagsimulang ipaliwanag ang takdang-aralin.

"Sino ang gustong pangalanan ang aming limang pisikal na pandama?"

Itinaas ni Rob ang kanyang kamay at sinabing, "Pakikinig, nakakakita, naaamoy, nakatikim, at nakahawak."

"Tama iyan," sabi ni Dr. Vreda. "Mayroon ba sa inyo na hindi gumagamit ng alinman sa mga pandama na iyon?"

Isang babae ang nagtaas ng kamay at nagsabi, "Nasa akin pa rin ang lahat, ngunit lumalala ang aking pandinig."

"Sumasang-ayon ka ba sa akin," ang tanong ni Dr. Vreda, "na hindi namin pinahahalagahan ang aming mga pandama? Ang mga ito ay mahalagang mga regalo na lubos na maka-pagpapapayaman sa ating buhay ngunit madalas nating gamitin nang napakaliit. Ang paggamit ng mga kaloob na ito ng ating mga pandama ay isang magandang paraan ng pagbubukas ng 'kasalukuyan.' Bilang mga bata, ang mga pandama na ito ay bago at kapana-panabik at hindi na kami makapaghintay na gumawa ng mga bagay, tulad ng pagtikim ng Popsicle, pag-tingin sa baka, paghipo. isang kuting, nakaamoy ng bulaklak, o nakarinig ng isang partikular na kanta. Habang tumatanda tayo, madalas tayong nagiging mas abala sa pag-iisip kaysa sa pakiramdam, at nakakaligtaan ang marami sa aktwal na nangyayari sa ating paligid. Ang ating mga pandama ay isang angkla sa kagyat na kasalukuyan at habang sinisimulan nating gamitin ang ating mga pandama nang mas matindi, nagsisi-mula tayong maging sa daan ng buhay nang mas tuluy-tuloy.

Nararanasan namin ang higit na kapayapaan, kasiyahan, at sigasig."

Itinaas ng isang miyembro ng klase ang kanyang kamay at sinabing, "Dahil ang mga pandama ay bahagi ng ating katawan, ipinaalala nito sa akin ang napag-usapan natin noon—tungkol sa paggamit ng iyong isip at katawan sa pangalawang gamit. Ganito ba ang sinasabi mo?"

"Ganoon nga! Naggaalak akong nabanggit mo iyan," tuwang-tuwang sabi ni Dr. Vreda. "Nagsisimula na kaming makita kung paano nauugnay ang ilan sa aming pinag-uusapan. Ang ating katawan ay laging nasa kasalukuyan. Hindi ito makakapunta sa ibang lugar. Ang ating isip ay ang madulas na bahagi na maaaring mawala sa landas. Ang tunay na pagtutuon sa ating mga pandama ay pinagsasama ang ating isip at katawan sa kasalukuyan upang mas masiyahan sa buhay. Bigyan kita ng praktikal na halimbawa."

Binuksan ni Dr. Vreda ang isang folder at inilabas ang isang wrapper mula sa isang fast food sandwich. "Ilang taon na ang nakalilipas, nag-iisa akong naglalakbay at huminto para makakuha ng mabilisang hamburger. Napilitan ako ng oras at umupo para kainin ang hamburger ko habang iniisip kung ano ang kailangan kong gawin mamaya sa araw na iyon. Makalipas ang ilang minuto, tumingin ako sa mesa at nakalatag ang balot ng burger patag.

Luminga-linga ako sa paligid para tignan kung nasaan ang burger ko, at saka itinakip ang kamay ko malapit sa bibig ko at bumuntong hininga at amoy sibuyas ang hininga ko. Anong nangyari sa burger?" Nakangiting tanong ni Dr. Vreda.

"Kinain mo na," sabi ng ilang miyembro ng klase.

"Tama" sabi ni Dr. Vreda. "Bakit hindi ko alam na nakain ko na?"

Ang mga miyembro ng klase ay nakikibahagi sa kuwento at nang hindi itinataas ang kanilang mga kamay, ay nagbigay ng mga komento tulad ng, "Masyado kang nag-iisip," at "Kinakain mo ito nang hindi nag-iisip tungkol sa ginagawa mo."

"Paano ko ginugol ang ilang minuto na nakatuon sa hamburger na iyon? Sa tingin mo ba nagamit ko ang lahat ng aking limang pandama habang kinakain ito?" Humingi ng komento si Dr. Vreda ang klase tulad ng kung paano niya mararamdaman ang texture ng bun, tikman ang adobo, hawakan nang malapit ang burger at amoy ang karne, marinig ang pagla-crunch ng lettuce, at makita ang iba't ibang kulay, kabilang ang pamumula ng ketchup. Pagkatapos ay nagpatuloy si Dr.Vreda, "Gusto kong imungkahi sa iyo na ako ay magiging isang mas mabuting tao makalipas ang limang minuto kung hinayaan ko ang aking sarili na gamitin ang lahat ng aking limang pandama habang tinatangkilik ang burger na iyon. Sa halip, kumain ako ng tanghalian at nalimutan ko ang burger."

Ang dahilan kung bakit ko ito binibigyang-diin ay dahil sa mas nagsasagawa tayo ng paggamit ng ating limang pandama, mas nasa daan tayo ng kasalukuyan at mas nagpapakita tayo sa buhay. Habang ginagamit at pinahahalagahan mo ang iyong limang pandama nang higit pa, nagsisimula kang makatanggap ng isang bonus—isang pang-anim na pandama. Narinig na ninyong lahat ang terminong, 'sixth sense.' Ano ang tinutukoy nito?"

Itinaas ni Rob ang kanyang kamay at sinabing, "Intuition." Sabi ng isa pang miyembro ng klase, "Isang walang malay na kutob."

Sumagot si Dr. Vreda, "Oo, iyan ay karaniwang mga paglalarawan ng ikaanim na pandama. Ang iba pang mga termino na ginagamit upang ilarawan ito ay inspirasyon at pananaw. Gusto kong isipin na ang ikaanim na pandama ay nagmumula sa loob palabas, samantalang ang iba pang limang pandama ay nagdadala ng impormasyon mula sa labas papasok. Para bang kapag dinadala natin ang sariwang pandama na impormasyon mula sa labas sa ating pagkatao, ito ay tulad ng pagbuhos ng sariwang tubig sa isang stagnant pond. Habang mas madalas nating nararanasan ang limang pandama na iyon, lumalawak ang ating koneksyon sa kasalukuyan—halos parang may bumubukas na daan sa ating harapan.

Ito ay tulad din ng paglilinis ng ating wind shield at pagkatapos ay makakita ng mas mahusay. Ang mga bagong posibilidad ay dumarating sa ating kamalayan sa pamamagitan ng ating ikaanim na kahulugan. Kita mong medyo nadadala ako dito.

Humihingi ako ng paumanhin sa pagpapatakbo ng klase, ngunit ito ay naging mahalagang bagay para sa sarili kong buhay, at nais kong ibahagi ito sa iyo."

"Paano iyong asignatura? Paano natin kukumpletuhin ang form na ito?" tanong ng isang miyembro ng klase. "Ako ay humihingi ng paumanhin. Muntik ko nang makalimutan iyon."

"Gumawa ka ng isang eksperimento ng sinasadyang paggamit ng bawat isa sa iyong limang pandama, limang beses sa isang araw, nang hindi bababa sa limang araw sa susunod na linggo. Kaya, ito ay 5 x 5 = 25, at itinala mo nang maikli sa form na ito kung ano pinagtutuunan mo ng pansin."

"Halimbawa, sa ilalim ng pang-amoy maaari kang sumulat ng 'lilac.' Upang isulat iyon, nangangahulugan ito na hindi ka lang nakaamoy ng lilac nang mabilis sa pagdaan, ngunit naglaan ka ng dagdag na sandali upang talagang uminom sa amoy. Nais kong itala mo rin ang mga salita gamit ang iyong hindi nangingibabaw na kamay. Nagdudulot ito sa iyo na tumutok lamang ng kaunti pa sa naranasan mo. Magmumukha din itong parang isang batang bata ang nagsulat nito. May layunin din iyan— para ipaalala sa atin na bilang mga bata alam na talaga natin kung paano gamitin ang ating mga pandama. Sa kabilang anyo, makikita mo ang isang puwang upang maitala ang anumang ikaanim na kahulugan mga impression na maaaring pumasok sa iyong isipan. Magiging kaaya-aya, may pag-asa at sariwang ideya ang mga ito upang makatulong na mapabuti ang ilang bahagi ng iyong buhay. Sige at itala ang mga gamit ang iyong nangingibabaw na kamay upang subukan upang makuha ang mga ito nang tuluy-tuloy."

Habang nagtatapos ang klase, sinabi ng isang babae, "Sa dalawang nakalipas na leksyon, nakuha ko ang impresyon na tinitingnan mo ang pag-alala sa nakaraan o pag-iisip tungkol sa hinaharap bilang masama o hindi malusog na mga bagay. Alam ko talaga, na ang pag-alala sa mga bagay o pag-iisip tungkol sa mga bagay sa hinaharap ay maaaring maging lubhang kapa-ki-pakinabang. Paano ito naging akma sa pinag-uusapan natin?"

Labis na interesado ang mga miyembro ng klase na marinig kung paano tutugon si Dr. Vreda. Aniya, "Labis kong ikinagagalak ang iyong katanungan. Mayroon ba sa iba sa inyo ang may parehong tanong?" Karamihan sa mga miyembro ng klase ay nagsabi ng oo.

"Ang tanong na iyon ay tanda ng iyong kahandaan para sa ilang mas advanced na pagsasanay sa pagmamaneho. Ang oras natin ay para sa gabing ito, ngunit haharapin natin ang unang bagay sa susunod na linggo. Bilang karagdagan sa takdang-aralin na 'Come to Your Senses', mangyaring pag-isipan ang malusog na aspeto ng pag-iisip tungkol sa nakaraan at sa hinaharap at sana ay ilagay namin iyon sa konteksto para sa iyo. Nawa'y magkaroon kayo ng isang magandang linggo!"

Sa pag-uwi mula sa silid-aklatan, alam na alam ni Linda kung ano ang gusto niyang gawin upang makumpleto ang kanyang takdang-aralin.

Matapos mahiga ang mga bata, hinayaan niya ang kanyang sarili na talagang tumutok sa lasa ng chocolate bar na nasa kanyang drawer ng dresser. Bago siya kumuha ng pangalawang kagat, itinapat niya ang tsokolate sa kanyang ilong upang kumuha ng pares ng matagal na amoy ng makapal at matamis na aroma. Siya ay nakinig nang mabuti sa pagtilamsik ng tubig habang napuno ang batya at naiintriga siya sa pagbuo ng mga bula mula sa mga langis ng paliguan na marahang ibinuhos niya kung saan kumukulo ang tubig na pampaligo. At oh, ang sentido ng haplos na pinagtuunan niya ng pansin habang nakalubog ang katawan niya sa ilalim ng halos masyadong mainit na tubig.

"Gusto ko ang ganitong uri ng takdang-aralin," naisip ni Linda.

Aralin 4 Takdang-Aralin

PARA SA PINAKAMATAAS NA BENEPISYO, GAWIN ANG TAK-
DANG-ARALIN NA ITO BAGO PUMUNTA SA CHAPTER 5.

Ang bawat isa sa ating limang pandama ay mga kahanga-han-
gang regalo na kadalasang hindi natin natatamasa nang husto.
Ang layunin ng pagsasanay na ito ay upang ugaliing higit na
pahalagahan ang ating mga pandama.

1. Gamitin ang bawat isa sa iyong 5 pandama ng hindi
bababa sa 5 beses bawat araw

2. Kaagad pagkatapos gamitin ang isa sa iyong mga pan-
dama, itala ang pangalan ng iyong naramdaman (i.e., "dilaw
na bulaklak" sa ilalim ng pang-amoy).

3. Itala ang bagay gamit ang iyong hindi nangingibabaw na
kamay (i.e., gamit ang iyong kaliwang kamay kung ikaw ay
kanang kamay) sa mga pahinang ibinigay.

4. May mga sumusunod na pahina para gawin mo ang pag-
sasanay na ito sa 5 magkahiwalay na araw.

5. Tingnan ang pahina ng bonus upang maitala ang anu-
mang mga personal na insight na mayroon ka mula sa iyong
ikaanim na sentido habang nasa daan.

Araw 1 Petsa:_____

NAKIKITA	NARIRINIG	NAHAHAWAKAN	NAAMOY	NALALASAHAN

Araw 2 Petsa:_____

Nakikita	Naririnig	Nahahawakan	Naamoy	Nalalasahan

Araw 3 Petsa:_____

NAKIKITA	NARIRINIG	NAHAHAWAKAN	NAAMOY	NALALASAHAN

Araw 4 Petsa:_____

NAKIKITA	NARIRINIG	NAHAHAWAKAN	NAAMOY	NALALASAHAN

Araw 5 Petsa:_____

Nakikita	Naririnig	Nahahawakan	Naamoy	Nalalasahan

Bonus!

Kung pinahahalagahan mo ang iyong limang pandama sa isang regular na batayan, makakakuha ka ng isang bonus-isang pang-anim na pandama! Samantalang ang iyong limang pandama ay nagdadala ng sariwang impormasyon mula sa labas, ang iyong ikaanim na pandama ay nagdadala ng mga sariwang ideya mula sa loob palabas. Itala sa ibaba (gamit ang iyong nangingib-abaw na kamay) ng anumang sariwa at nagbibigay-inspirasyong pananaw na matatanggap mo.

_____

_____

_____

_____

_____

_____

_____

_____

_____

KABANATA 5

SA ISPIRITWAL NA EROPLANO

Sa simula ng susunod na klase, ibinahagi ni Linda at ng ilang iba pang miyembro ng klase ang kanilang mga karanasan sa "pagbalik sa kanilang katinuan." May ilang tawanan habang ipinakita ng mga tao ang aktuwal na takdang-aralin, na sa katunayan ay mukhang isinulat ito ng maliliit na bata.

Pagkatapos ay sinabi ni Dr. Vreda, "Natutuwa ako na naging masaya kayo sa atas na iyon, at umaasa akong maging bahagi ito ng inyong regular na pangangalaga sa sarili, habang naaalala mo na ang ating mga pandama ay isang magandang paraan ng pagpapabalik sa ating sarili sa kagyat na kasalukuyan. Dumako tayo ngayon sa pagtatangkang sagutin ang tanong tungkol sa kung paano umaangkop ang natutunan natin sa ngayon sa katotohanang mayroon ding magagandang bagay tungkol sa pag-alala sa ating nakaraan at pag-iisip tungkol sa ating kinabukasan. Ano ang ilan sa iyong mga ideya tungkol dito? Simulan natin ang talakayang ito sa pamamagitan ng pag-uusap muna tungkol sa kung ano ang ilang magagandang bagay tungkol sa pagkakaroon ng alaala."

Isa sa mga miyembro ng klase ang nagtaas ng kanyang kamay at sinabing, "Isang bagay na naiisip ko ay huwag na ulitin ang mga bagay na nagbigay sa atin ng problema o pagkakamaling nagawa natin na nagdulot sa atin ng kalungkutan. Ang nais kong sabihin ay, upang matuto tayo mula sa ating mga karanasan."

"Okay, mahusay: Upang matuto sa mga hindi magandang karanasan para hindi na ito ulitin. Makikita mo rin kung paano ito nauugnay hindi lamang sa ating sariling mga karanasan sa buhay, ngunit sa pag-aaral mula sa ibang tao at maging sa kasaysayan."

Pagkatapos ay sinabi ni Dr. Vreda na nakangiti, "Sinabi na ang 'matalinong tao ay natututo mula sa karanasan, at ang matatalinong tao ay natututo mula sa karanasan ng ibang tao.' May iba pa bang dahilan na maiisip mo kung para saan ang isang alaala?"

Isang lalaki ang nagtaas ng kamay at nagsabing, "Oo naman, paano naman ang lahat ng masasayang pagkakataon na gusto nating alalahanin—lahat ng masasayang karanasan at mga layunin na nakamit natin? Ang mga bagay na iyon ay talagang mahalagang bahagi ng buhay."

Sumagot si Dr. Vreda, "Tama ka! Napakahirap isipin kung ano ang magiging buhay nang walang alaala ng mga magagandang panahon. Maraming maaari nating pag-usapan dito, ngunit buksan natin ngayon ang tanong kung bakit mayroon tayong imahinasyon. Para saan ang ating imahinasyon?"

Itinaas ni Rob ang kanyang kamay at sinabing, "Ang aming imahinasyon ay tumutulong sa amin na maging malikhain at makabuo ng mga bagong ideya upang mapabuti ang aming buhay. Sa palagay ko ito rin ay bahagi ng kung ano ang tumutulong sa mga tao na mag-imbento ng mga bagong bagay."

"Mabuti," sabi ni Dr. Vreda. "Ang ilang partikular na malikhaing taople ay nakakapaglarawan ng mga bagay na hindi naisip ng iba. Ang isa pang gamit ng ating imahinasyon ay upang ilarawan kung ano ang gusto nating maging tulad habang sinusubukan nating pabutihin ang ating sarili.

Ang mga maikling halimbawang ito ng magagandang aspeto ng ating imahinasyon at memorya ay kabaligtaran sa mga bagay na napag-usapan natin sa nakaraang mga aralin: Paano magagamit ang ating mga alaala at imahinasyon upang manatili sa mga hindi kasiya-siyang bagay na madilim, mabigat, at mabigat sa atin. pababa. Kapag itinuon natin ang ating imahinasyon at memorya sa mga bagay na kaaya-aya at nagpapalaki ng paglago, mas nasasabik tayo at napaliwanagan. Dinadala tayo nito sa paksa ngayong gabi na pinamagatang 'On a Spiritual Plane.' Sa ngayon, ginamit namin ang paghahambing ng pagmamaneho ng sasakyang panlupa, ngunit para sa paksa ngayong gabi, kailangan naming ilipat ang paghahambing sa isang lumilipad na sasakyan, dahil pag-uusapan natin ang tungkol sa mga pataas at pababa."

"Pag-usapan natin ng ilang minuto ang tungkol sa ilan sa mga dahilan kung bakit mayroon tayong mga ups and downs sa buhay. Sa pamamagitan nito, ang ibig kong sabihin ay ang ating kalooban ay nagbabago mula sa pagiging masigla at masaya hanggang sa malungkot at nalulungkot. Ano ang ilan sa iyong mga karanasan o karanasan ng iba na humantong sa kahit maliit na pagbabago sa ating mataas at mababang moods?"

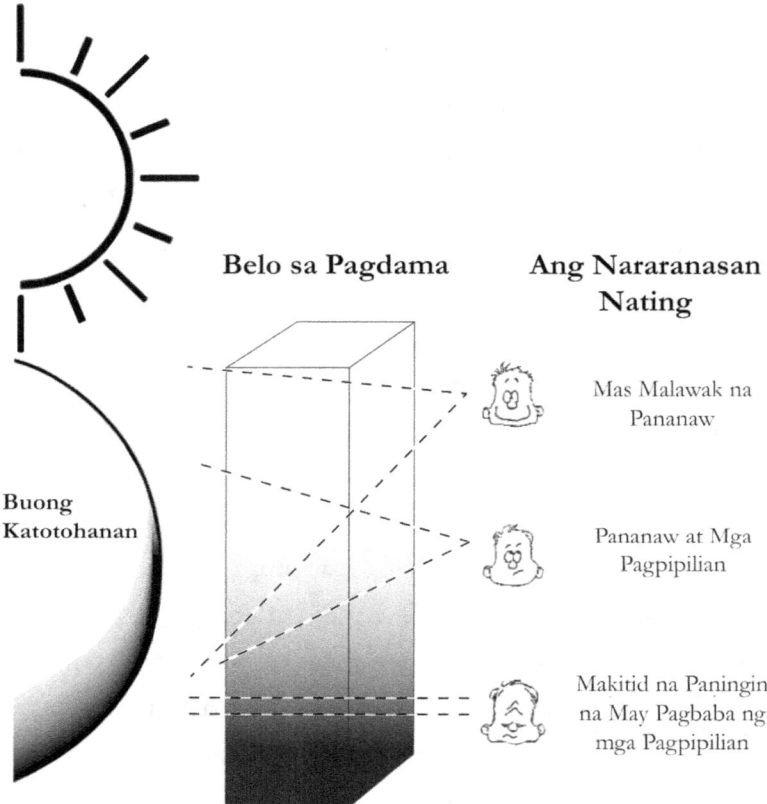

Belo sa Pagdama

Ang Nararanasan Nating

Buong Katotohanan

Mas Malawak na Pananaw

Pananaw at Mga Pagpipilian

Makitid na Paningin na May Pagbaba ng mga Pagpipilian

"Pagod! Madali akong panghinaan ng loob at whelmed kapag napapagod na ako," sabi ng isang babae malapit sa harap ng klase.

"Napakahusay," sabi ni Dr. Vreda. "Gumawa tayo ng listahan ng mga bagay na ito sa pisara."

Ang iba pang komento ng mga miyembro ng klase ay ang pakiramdam ng sakit sa katawan, mga pagbabago sa hormone (tulad ng buwanang cycle ng babae), masyadong matagal na hindi kumakain, kumakain ng mabibigat na pagkain, at mga oras ng pagtaas ng stress at pressure na mga deadline.

"Tingnan natin ang ilang karaniwang tampok tungkol sa bawat isa sa mga kundisyong ito. Napansin mo ba na kapag down ka, kahit maliit na problema ay mukhang malaki?" Maraming tumango sa mga miyembro ng klase.

"Tulad ng kung tayo ay nasa isang maliit na eroplano at nakakita ng isang maliit na pulang kamalig sa lupa, kung tayo ay lumusong malapit dito ang kamalig ay lalago sa ating mga mata. Ang kamalig ay hindi talaga nagbago sa pisikal na sukat. Ano ang nangyari?"

"Mas malapit ka rito," sabay-sabay na sabi ng ilang miyembro ng klase.

"Tama iyon, at ito ay isang mahalagang punto na dapat kilalanin tungkol sa ating mga kalooban. Mukhang mas malaki ang lahat kapag mahina ang pakiramdam mo, at kapag mas mababa ka, mas malaki sila. At, sa kabilang banda, kung tumataas ang iyong altitude at level ng 'upness', mas nasa perspektibo ang mga bagay. Hayaan mong ipakita ko sa iyo ang isang diagram na talagang nakatulong sa akin sa pagharap sa mga tagumpay at kabiguan ng buhay."

"Gusto kong ibahagi sa iyo ngayon ang isang konsepto na naging isa sa mga pinaka-kapaki-pakinabang na bagay na natutunan ko. Kapag ayos na ang iyong kalooban at nakakaranas ka ng isang kaaya-aya at mapayapang pakiramdam, ikaw ay talagang mas matalino at matalino kaysa sa kapag nakakaramdam ka ng pagkabalisa at sa ilalim ng maraming presyon.

Gaya ng ipinapakita sa dayagram, habang bumababa ang ating mood, lumiliit ang ating pananaw at pananaw. Gusto kong isipin na ang makitid na paningin ay nagbibigay ng mas mahigpit na mga sensasyon o feedback na ang aming paningin ay sa katunayan ay nagiging mas makitid. Nais kong bigyang-diin na kung gaano kaliit ang paningin, mas lumalabo ang ating talino. Sa madaling salita, mas mababang mood, mas nagihing tanga tayo. Ang gulo ay masyado tayong tanga para malaman na tanga tayo!"

Karamihan sa mga miyembro ng klaose ay tumawa at tumango bilang pagsang-ayon. "Hayaan mong bigyan kita ng isang maikling halimbawa. Ako ay isang umaga na tao at ang lahat ay tila mas malinaw at magagawa sa umaga. Naalala ko noong high school kapag napapagod ako sa gabi, maaasar ako sa hirap ng takdang-aralin ko sa math."

"Madalas sabihin sa akin ng nanay ko, 'Magpahinga ka lang at magiging mas maganda ang lahat sa umaga.' Ito ay madalas na mas nakakadismaya sa akin, dahil paano magiging iba ang parehong mga problema sa matematika sa umaga? Pero tama ang nanay ko! Sa paanuman ang parehong mga problema ay tila mas maliit at mas madali pagkatapos ng isang mahusay na pahinga."

"Maaaring tinatanong mo ang iyong sarili kung ano ang kinalaman nito sa pag-alala o pag-iisip. Kailangan kong ilagay ito sa isang konteksto upang mas maipaliwanag ang mabuti at masamang alaala at mabuti at masamang imahinasyon."

"Upang gawin ito, ilarawan natin ang ating sarili sa isang maliit na eroplano sa iba't ibang elevation at nakatagilid man o hindi. Ihahambing natin ang altitude ng eroplano sa ating mga mood at ihahambing ang pagtabingi, alinman sa kanan o sa kaliwa, bilang sa ating oryentasyon ng oras. Ang pagkiling sa kaliwa ay tumitingin sa nakaraan o pag-alala, at ang pagkiling sa kanan ay tumitingin sa hinaharap o pag-iimagine. Kapag ikaw ay nasa mataas na lugar at nasa mabuting kalagayan at tumingin sa nakaraan, tatawagin namin iyon na reminiscing."

Kapag ginugunita mo, nasa iyo ang buong larawan ng iyong pananaw—kapwa ang magagandang alaala at ang mas mababang masasakit na alaala—ngunit ang mga masasakit na alaala ay malayo at nasa perspektibo. Sa mas mataas na antas na iyon, natural na mas madaling maging mapagpatawad. Mas mapapatawad natin ang ating sarili sa mga nakaraang pagkaka-mali at higit na mapagpatawad sa mga bagay na nagawa ng iba, na naging sanhi ng problema natin sa nakaraan."

"Kapag nasa mataas na mood altitude, at mas nahilig kang tumuon sa hinaharap, tatawagin natin ang pangangarap na iyon. Ang pangangarap ay nagpapahiwatig ng pagkakaroon ng buong pananaw sa hinaharap kasama ang mga kapana-panabik na posibilidad nito, kasama ang mga potensyal na takot, na mas maliit sa pananaw. Sa mataas na antas na iyon, madali kaming magtiwala, dahil kumikilos kami sa labas ng posisyon ng pan-loob na seguridad. Kung ikaw ay pisikal na nasa isang eroplano at isinandal ang eroplano sa isang tabi o sa kabila, at ginawa ito sa mahabang panahon, ano ang mangyayari sa direksyon na iyong pupuntahan?"

Itinaas ng isang lalaki ang kanyang kamay at nagsabi, "Magsisimula kang lumiko at tumungo sa gilid na iyon. Kung patuloy mong ginagawa ito nang matagal, mapupunta ka sa isang malaking bilog."

"Tama iyan," sabi ni Dr. Vreda. "Maaari ba ninyong isipin kung ano ang sinasabi niya?" Tumango ang mga kanyang kaklase. "Ang puntong sinusubukan kong sabihin dito ay kung pupunta ka sa isang tiyak na direksyon na nasa harap mo, okay lang na tumingin saglit sa kaliwa (paggunita) at tumingin sandali sa kanan (pangarap), ngunit huwag gawin iyon ng masyadong mahaba sa kapabayaan ng iyong kasalukuyang sitwasyon sa buhay at ang iyong nais na kurso. Bumabalik ito sa napag-usapan natin noon tungkol sa buhay sa buong anyo nito na nang-yayari ngayon sa kasalukuyan."

"Okay, pinag-uusapan natin ang pagiging nasa mataas na lugar. Ngayon ay lumipat tayo sa kapag lumilipad ka sa mababang taas—sa madaling salita, nararanasan ang buhay sa pamamagitan ng mababang mood. Habang nagiging mas pam-ilyar ka sa iyong panloob na instrumento ay mas makikilala mo kapag ikaw ay mababa. Kapag ikaw ay mababa at alam mo na ikaw ay mababa, ikaw ay higit na mas makakayanan ang buhay kaysa kapag ikaw ay mababa at hindi mo namamalayan na ikaw ay mababa. Mapanganib talaga iyon! Sigurado akong lahat tayo ay maaalala ang mga bagay na ating ginawa o sinabi noong tayo ay nasa mahinang kalooban na pinagsisihan natin sa bandang huli. Minsan hindi natin maalis agad ang pagig-ing mahina ngunit kailangan nating malaman kung paano ito haharapin kapag tayo ay nasa baba. Kapag ikaw ay lumilipad nang mababa, hindi iyon ang oras upang tumingin kahit saan ngunit diretso. Mapanganib sa mga oras na iyon na sumandal sa isang paraan o sa iba pa. Ang mga mababang oras na iyon ay kung saan ang isip ay madaling magambala at lumilipad sa pag-tingin sa negatibong nakaraan o hinaharap. Dahil kapag tayo ay nasa ilalim, mas maraming kadiliman sa ating kamalayan kaysa sa liwanag. Gayunpaman, mayroong isang napakasikip, madilim na estado ng pag-iisip, isang maliit na liwanag sa dulo ng lagusan na kailangan nating pagtuunan ng pansin kaysa sa nakapalibot na kadiliman."

Isang lalaki ang nagtaas ng kanyang kamay at walang hini-hintay na sinabi, "Ako ay hindi makasunod. Maaari mo bang ilagay ito sa mas praktikal na mga termino, pakiusap?"

Itinuro ni Dr. Vreda ang tanong sa klase upang makita kung may nakauunawa sa kanyang sinasabi.

Isang babae ang nagtaas ng kamay at nagsabi, "Sa tingin ko, sinusundan kita. Kapag ikaw ay mababa, napakadaling mahuli sa pagtutuon ng pansin sa masama, mula sa iyong nakaraan o sa iyong hinaharap, na kung saan ay magpapababa lamang sa iyo at mas malamang na bumagsak. Sa mga oras na iyon, kailangan mong tumuon sa ngayon at gawin ang mga bagay nang paisa-isa."

Nilingon ni Dr. Vreda ang lalaking may mga tanong at nag-tanong, "Mas may kabuluhan ba iyon?"

Sumagot ang lalaki, "Medyo, ngunit kailangan ko pa rin ng ilang praktikal na halimbawa."

Humingi muli si Dr. Vreda ng input sa klase at sinabi ng isa pang lalaki, "Sa tingin ko ay makakapagbigay ako ng halimbawa rito. Pagkatapos kong dumaan sa isang diborsiyo, mga tatlong taon na ang nakalilipas, ako ay talagang nalulumbay at pinipiga ang aking sarili sa lahat ng oras tungkol sa aking mga nakaraang pagkakamali. Ako ay hindi lamang down sa aking sarili tungkol sa aking mga relasyon ngunit din tungkol sa ilang mga masa-samang desisyon na ginawa ko sa trabaho. Parang gumagawa ako ng life review ng lahat ng low spot. Ako rin ay talagang natatakot na hindi ako magkakaroon ng magandang relasyon sa aking mga anak o sinumang iba pa. Halos hindi ako makat-ulog at sa wakas, upang makayanan, upang makapagpatuloy sa trabaho, sinimulan kong ilakad ang aking aso tuwing umaga upang mag-ehersisyo at subukang linisin ang aking ulo. Unti-unti ko nang nakilala ang sarili ko kapag pinapalo ko ang sarili ko at sinubukan kong maging mas malumanay sa sarili ko para lang mabuhay araw-araw. Habang nagsimula akong gumaling nang kaunti pa, nagulat ako nang malaman kong pinupuri ko ang aking sarili tungkol sa mga nakaraang nagawa at iba pang bagay na nagpapakita na ako ay isang mabuting tao. Matagal na rin simula noong naisip ko na parang mabait silang kakaiba sa akin. Sa palagay ko mula sa sinasabi mo sa amin ngayong gabi, ang aking eroplano ay nagsimulang umakyat ng kaunti at pagkatapos ay mas nakasandal ako sa nakaraan nang hindi lamang nakikita ang mga masasamang bagay. Mula sa iyong paghahambing, ang aking altitude ay sapat na mataas na naki-kita ko pareho ang masama at ang mabubuting bagay, ngunit ang masama ay mas mababa, kaya hindi sila gaanong kalaki gaya ng dati noong ako ay talagang mababa."

Humingi muli ng feedback si Dr. Vreda sa lalaking nagta-nong at sa pagkakataong ito ay sinabi ng lalaki, "Nakakatulong talaga iyan. Nakaka-relate ako sa ganoong uri ng bagay sa sarili kong buhay."

"Mayroon bang iba pang mga katanungan sa oras na ito?" tanong ni Dr. Vreda. Nagkaroon ng pause na walang sumasagot at sinabi ni Dr. Vreda, "Napag-usapan natin ang tungkol sa maraming iba't ibang mga konsepto ngayong gabi.

Magkaroon tayo ng maikling pagsusuri at pagkatapos ay mayroon akong tanong para sa iyo. Maglalagay ako ng ilang mga guhit sa overhead projector na nagpapakita ng cartoon character sa iba't ibang taas at kung lumilipad ing level, naka-hilig sa nakaraan, o nakahilig sa hinaharap.

Ang unang guhit ay nagpapakita ng tao sa isang mataas na altitude. Una sa lahat, pataas ba o pababa ang mood niya?"

Sabay-sabay na sagot ng ilang tao, "Pataas!"

"Tama," sabi ni Dr. Vreda. Pansinin kung paano tumagi-lid ang eroplano patungo sa nakaraan. Ano ang tawag natin sa karanasan natin sa pag-alala sa nakaraan kapag nasa mabut-ing kalooban?"

Isang babae sa gilid ng klase ang nagtaas ng kamay at nagsa-bing, "Nagre-reminisce." "Tama," sabi ni Dr. Vreda. "Malinaw ba iyon sa lahat?"

Ang mga tao sa klase ay tumatango-tango at mas naunawaan ni Rob ang konseptong iyon ngayon.

"Okay, ang susunod na guhit ay nagpapakita ng isang lalaki sa mataas na lugar at nasa magandang kalagayan at nakatagilid patungo sa hinaharap. Ano ang tawag sa karanasang iyon?"

Itinaas ni Rob ang kanyang kamay at sinabing, "Nanaginip."

"Tama iyan!" sabi ni Dr. Vreda. "Okay, ngayon tingnan natin ang ilang mga guhit ng isang taong lumilipad sa mababang mood. Ang taong ito ay mababa at nakatagilid patungo sa hina-harap. Ano ang nararanasan niya?"

"Panic," "Fear," sabay-sabay na sabi ng ilang miyembro ng klase.

"Kapag ikaw ay mababa at alam mong ikaw ay mababa, iyon na ba ang oras upang ituon ang iyong mga iniisip sa hinaharap?"

Ilan sa mga miyembro ng klase ay umiiling bilang senyas ng hindi.

"Tingnan natin ang pagguhit ng taong lumilipad sa mababang kalooban at tumingin sa nakaraan. Ano ang mukhang nararanasan ng taong ito?"

"Galit," "Galit siya," "Puno ng galit," sabi ng ilan sa mga miyembro ng klase.

"Mula sa natutunan natin ngayong gabi, ano ang kailangan nating gawin kapag nalaman nating nasa ganoong kalagayan tayo ng pag-iisip?"

Isang lalaki ang nagtaas ng kamay at nagsabi, "Kailangan nating labanan ang tendensyang mag-isip sa mga madilim na bagay mula sa nakaraan o sa hinaharap at sa halip ay tumutok nang diretso sa paggawa ng mga bagay ngayon, isang hakbang sa isang pagkakataon."

"Ang pahayag na iyon na iyong ginawa ay isa sa mga pinaka-kapaki-pakinabang na bagay na natutunan ko sa mga tuntunin ng pagharap sa mga hamon ng buhay. Umaasa ako na ang mga halimbawang ito ay makakatulong sa iyo na maunawaan ang mga ideyang ito at mag-navigate nang mas mahusay sa mga mababa na oras. Ako ay gamit ang mga parirala tulad ng 'pagpunta sa tamang direksyon.'

Ano sa palagay ninyo ang ibig kong sabihin sa tamang direksyon para sa iyong buhay?"

Walang tumugon at pagkaraan ng ilang sandali si Dr. Vreda sabi niya, "Mahirap na tanong, di ba? Ang ideya ng tamang direksyon para sa ating buhay ay nagpapahiwatig na mayroong isang plano o layunin para sa bawat isa sa atin. Nais kong iba-hagi sa inyo ang aking personal na pananaw na ito talaga ang kaso para sa bawat isa sa atin at alam ng Diyos kung ano ang layuning iyon. Walang tumugon at pagkaraan ng ilang sandali si Dr. Vreda sabi niya, "Mahirap na tanong, di ba? Ang ideya ng tamang direksyon para sa ating buhay ay nagpapakita na mayroong isang plano o layunin para sa bawat isa sa atin. Nais kong malaman sa inyo ang aking personal na pananaw na ito talaga ang kaso para sa bawat isa sa atin at alam ng Diyos kung ano ang layuning iyon. Kadalasan, kung saan natin iniisip na kailangan natin ay maaaring iba sa totoong plano para sa ating buhay. Minsan ay nakita ko sa isang billboard ang isang pahayag na nagbigay ng puntong ito. Nakasulat dito, 'Kung ang Diyos ang iyong copilot—magbago ng upuan."

Ilang miyembro ng klase ang mahinang tumawa at nagtanong si Dr. Vreda, "Paano mo sasabihin iyan sa sarili mong mga salita?"

Sabi ng isang babae, "Hayaan mong ang Diyos ang mag-uu-tos ng iyong buhay. Alam niya kung ano ang pinakamabuti para sa iyo."

"Salamat sa iyong magagandang komento at pakikilahok ngayong gabi," sabi ni Dr. Vreda. "Mayroon pa tayong isang aral na mapupuntahan, na patuloy na bubuo sa kaalaman at mga karanasang pinagsama-sama natin. Hanggang sa muli!"

Sa pag-uwi mula sa silid-aklatan, sina Rob at Linda ay hindi magkausap ng marami. Sila ay nasa medyo matino at mapagnilay-nilay na estado ng pag-iisip habang pinag-iisipan nila ang mga bagay na tinalakay sa klase. Nagsalita si Rob at mahinang sinabi, "Kailangan ko talaga ng direksyon sa buhay ko."

Pagkaraan ng ilang sandali ay tumugon si Linda, "Ganyan din ang nararamdaman ko."

Aralin 5 Takdang–Aralin

PARA SA PINAKAMATAAS NA BENEPISYO, GAWIN ANG TAK-DANG-ARALIN NA ITO BAGO PUMUNTA SA KABANATA 6.

1. Gumawa ng isang listahan ng mga sitwasyon o mga kadahilanan na nag-aambag sa iyong pagiging mas mahina at nasa mababang mood.

_____

_____

_____

_____

_____

_____

2. Kunin ang iyong sarili kapag nasa mas mababang mood at kilalanin ang pressure at higpit bilang mga tagapagpahiwatig ng iyong nabawasang pananaw at limitadong paningin. Maikling i-record ang iyong karanasan.

_____

_____

_____

_____

_____

_____

3. Alalahanin ang isang panahon sa iyong buhay kung saan ang isang sitwasyon ay tila napakahirapnakakabigla at sa kalaunan ang parehong sitwasyon ay tila mas lalakimaaayon kapag ang iyong kalooban ay mas mataas. Maikling i-record ang iyong karanasan.

_____

_____

_____

_____

_____

_____

4. Maglaan ng oras sa isang mapayapang kapaligiran upang pag-isipan ang layunin at direksyon ng iyong buhay. Itala ang iyong mga iniisip.

_____

_____

_____

_____

_____

_____

KABANATA 6

ANG MAPA NG EMOSYON

"Buweno, narito na tayo para sa huling klase," nakangiting sabi ni Dr. Vreda. "Naging sobrang sigasig kayo at higit sa lahat ay mahusay sa klase. Ikagagalak ko kung ako'y inyong tatawagan sa hinaharap, kung nais niyo."

"Simulan natin ngayong gabi sa pagsipi sa pinakaunang linya mula sa aklat ni M. Scott Peck, na pinamagatang 'The Road Less Traveled.' May alam ba sa inyo kung ano ang unang pangungusap? Ito ay isang napakaikling pangungusap."

Walang sumagot at hindi rin alam ni Rob. Nabasa niya ang libro maraming taon na ang nakalipas ngunit hindi niya alam kung ano ang unang pangungusap.

Sinabi ni Dr. Vreda, "Ang unang pangungusap ng aklat na iyon ay, 'Mahirap ang buhay.' Sa unang tingin, ito ay isang uri ng negatibong pahayag, hindi ba?" Ilang miyembro ng klase ang mahinang tumawa.

"Sa kabutihang-palad, hindi iyon ang katapusan ng kuwento. Habang tinitingnan natin nang mas malalim, napagtanto natin na ang mahirap ay hindi naman masama. Lahat tayo ay nakagawa ng mga bagay na mahirap na nakikita nating napaka-laki ng paglago para sa amin. Kung ito man ay pag-master ng isang partikular na kasanayan, pagtitiis sa oras ng kahirapan, o pagluluksa sa paghihirap ng ibang tao, ang mga karanasang iyon ay nakakatulong sa paghubog ng ating pagkatao.

Makabuluhan ang buhay dahil sa iba't ibang karanasan natin. Narinig kong sinabing, 'Kung ang musika ay may matataas na nota, ito ay magiging ingay lang.' Ito ay kumbinasyon ng matataas na nota at mababa ang mga tala na ginagawang kawi-li-wili ang musika at buhay."

"Karaniwan nating naiintindihan ang mga bagay sa pamam-agitan ng karanasan sa kanilang kabaligtaran. Halimbawa, hindi mo talaga mapapahalagahan ang kalusugan gaya ng kapag ikaw ay nagpapagaling mula sa pagkakasakit. Ngayong gabi, sa ating huling aralin, titingnan natin ang tinatawag kong 'Emotions Map.' Ito ay kumbinasyon ng mga magkasalungat na nabuo sa ilan sa mga bagay na napag-usapan natin sa nakaraang mga aralin. Nais kong imungkahi sa iyo na kahit mahirap ang buhay, ito ay mararanasan ng may kagalakan. Ang buhay na masipag at maranasan nang may kagalakan ay hindi dalawang magkasalun-gat na ideya.

Bagaman kumplikado ang buhay, hindi ito nangangahulu-gan na ito ay hindi tama o na kahit papaano ay isang malak-ing pagkabigo. Mayroon akong paniniwala na ang isa sa mga layunin ng buhay ay upang matutunan kung paano ito marana-san nang may kagalakan, kahit mahirap."

"Itong mapa ng emosyon na pag-uusapan natin ngayong gabi ay maaaring maglarawan bilang bintana ng emosyon. Sa window na ito, halos isang talampakan sa itaas ng aming mga ulo, ay isang bilog ng ganap na kalinawan.

Kapag tinitingnan natin ang lugar na iyon, ang lahat ay malinaw, sa pananaw, at lahat ay may katuturan. Ang pakiramdam natin kapag nakatingin sa labas ng bahaging iyon ng bintana ay tinatawag nating saya — malalim na kumbinasyon ng kapayapaan at kaligayahan. Malayo sa malinaw na lugar na iyon, ang bintana ay medyo baluktot, at kung ano ang nakikita natin ay nagiging mas baluktot habang pababa at malayo sa lugar na iyon. Ang layo mula sa lugar na iyon, at gayundin ang direksyon mula sa lugar, ay may mga predictable na emosyonal na sensasyon, na talagang nagpapahiwatig sa atin kung nasaan tayo kaugnay ng malinaw na lugar ng kagalakan."

Isang babae sa klase ang nagtaas ng kamay at nagtanong, "Kung ang tinutukoy mo ay ang pagtingin sa malinaw na bahaging ito ng bintana, bakit mo nasabi na ito ay nasa itaas ng ating ulo? Mukhang dito sa ibaba kung saan makikita natin iyon."

"Salamat sa pagtatanong niyan," tugon ni Dr. Vreda. "Sinadya kong linawin iyon at kinalimutan. Ang dahilan kung bakit ito ay nasa itaas ng kaunti sa atin ay nangangailangan ito ng ating espiritu na itaas upang tayo ay makalabas dito. Ang isang normal, pang-araw-araw na pagtingin, sa antas ng mata ay nagsisimula nang medyo masira. Sasabihin natin na ang kagalakan ay talagang kumbinasyon ng pananampalataya, pag-asa, at pag-ibig. Ang bawat isa sa mga ito ay may mataas na kalidad na estado ng pagkatao at maaaring paunlarin at pino ng bawat isa sa atin."

Sa pisara sa itaas ng bilog ay may salitang "Joy" sa loob nito, si Dr. Vreda ay gumuhit ng isang intersecting na bilog na may salitang "Pag-asa" at nagtanong, "Ano ang kabaligtaran ng pag-asa?"

Sumagot ang isang lalaki, "Kawalan ng pag-asa."

"Ang salitang iyon ay talagang nakakakuha nito, hindi ba?" sabi ni Dr. Vreda, at isinulat ang "Desperada" sa ibaba ng bilog na "Joy". "Ang kawalan ng pag-asa ay nasa sukdulang dulo ng patuloy na kalungkutan, pagkatapos ay depresyon, at pagkatapos ay kawalan ng pag-asa o kawalan ng pag-asa. Pansinin kung paano ang bawat isa sa mga damdaming ito ay may tumataas na dami ng sakit, at ang pagtaas ng kirot ay isang senyales na ang isang tao ay lumalayo na sa malinaw na mga pang-unawa ng kagalakan, at nakakaranas ng lalong baluktot na mga pananaw at kaisipan."

Sa kanang bahagi ng bilog na "Joy", nag-drawing si Dr. Vreda isang interseksyon na bilog na may salitang "Pananampalataya" at nagtanong, "Ano ang kabaligtaran ng Pananampalataya?"

Isang babae sa unahan ang nagtaas ng kamay at nagsabi, "Pagdududa."

"Sumasang-ayon ako sa iyo," sabi ni Dr. Vreda, "Ngunit para maging angkop sa modelong ito, maaari ba nating gamitin ang salitang takot?"

"Sa palagay ko ay iyon ay may punto," nakangiting sabi ng babae. "Ang pagtaas ng antas ng takot ay nararanasan habang malayo tayo sa pananampalataya, tulad ng napag-usapan natin noong nakaraan, kabilang ang pag-aalala, takot, at gulat. Muli,

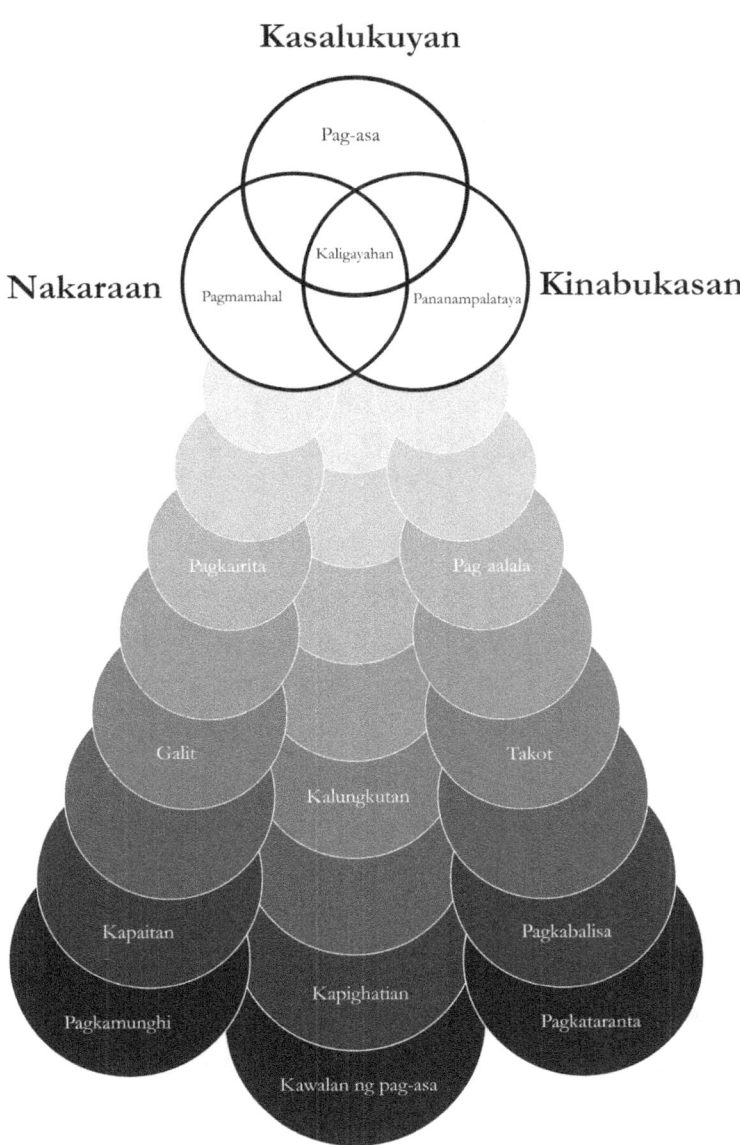

Kasalukuyan

Pag-asa

Kaligayahan

Nakaraan

Pagmamahal

Pananampalataya

Kinabukasan

Pagkairita

Pag-aalala

Galit

Takot

Kalungkutan

Kapaitan

Pagkabalisa

Kapighatian

Pagkamunghi

Pagkataranta

Kawalan ng pag-asa

ang sakit ay tumataas at ang antas ng pagbaluktot ay nagiging mas malinaw habang tayo ay malayo."

Pagkatapos ay iginuhit ni Dr. Vreda ang isang intersecting na bilog sa kaliwang bahagi ng bintana ng "Joy" na may salitang "Pag-ibig" at nagtanong, "Ano ang kabaligtaran ng pag-ibig?"

"Kapootan," sabay-sabay na sabi ng ilang miyembro ng klase.

"Kung titingnan mo ang isipan ng isang taong puno ng poot, at lahat tayo ay nakadama ng mga bersyon nito sa nakaraan, makikita mo ang maraming kadiliman at pagbaluktot. Ang sakit na nauugnay sa mga hinanakit, pait, at poot ay nakakaramdam ng kakila-kilabot, gaya ng alam nating lahat.

"Ipinapaalam nila sa atiin na tayo ay nawawalan ng buhay gaya ng dapat mabuhay."

Pagkatapos ay naglagay ng transparency si Dr. Vreda sa overhead projector at ipinakita ang mapa ng emosyon sa bawat bahagi nito. "Habang ginagamit ko ang mapa na ito upang gabayan ako sa loob ng ilang taon, nakatulong ito sa akin na gumugol ng mas kaunting oras sa mas negatibo at masakit na mga estado ng pag-iisip. Nakatulong para sa akin na magka-roon ng isang buong konteksto upang maisaksak ang aking mga karanasan. Gusto kong ikumpara ang paggamit ng mapa na ito sa isang larong gusto kong laruin noong bata pa ako. Naglaro na ba ang sinuman sa inyo ng laro na tinatawag kong Warmer-warmer Cooler-cooler game? Dito ka nagtatago ng isang bagay sa silid at nagbibigay ng direksyon sa ibang tao sa pamamagitan ng pagsasabing, 'Lalong umiinit ka' o 'Lalamig ka na.'" Talaga namang tumango ang lahat sa klase o nagsabing naglaro sila ng laro.

Nagpatuloy si Dr. Vreda, "Masaya iyon na laro. Paano ang mas malamig na signal ay makakatulong sa iyo na mahanap ang iyong hinahanap?"

Sumagot si Linda, "Ipinapaalam nito sa iyo na maling direksyon ang iyong tinatahak—na kailangan mong sumubok ng ibang paraan."

Sumagot si Dr. Vreda, "Tama. Paano ang mas mainit signal na makakatulong sa iyo na mahanap ang iyong hinahanap?

Sinabi ng ilang miyembro ng klase, "Na pupunta ka sa tamang direksyon at papalapit."

"Eksakto," sabi ni Dr. Vreda. "Naniniwala ako na ito ang paboritong laro ng Diyos. Naniniwala ako na pinaglalaruan niya tayo sa lahat ng oras, dahil ang bagay na gusto niyang mahanap natin ay saya. Ang mapa na ito ay maaaring maging gabay sa atin kapag mas malamig na ang ating pakiramdam; mas malamig sa ating mga puso ang mga iniisip at direksyon na ating tinatahak.

Pagkatapos ay maaari nating gamitin ang ilan sa mga ideya at pamamaraan mula sa mga araling ito, o iba pang paraan, upang umikot at tumungo sa mas mainit-init na direksyon. Gumagana ito para sa akin, at hinihikayat ko kayong subukan ito upang makita kung tila nakakatulong ito sa iyo."

"Bago natin tapusin ang klase ngayong gabi, gumawa tayo ng kaunting pagsusuri. Ang Aralin 1 ay halos isang siglo ng pagmamaneho. May naaalala ba sa inyo mula sa partikular na aral na iyon na nakatulong sa inyo?"

Isang lalaki ang nagtaas ng kanyang kamay at nagsabi, "Sa tingin ko iyon ang aral kung saan ko nalaman na ang paggamit ng aking isip ay masyadong nangingibabaw sa paggamit ng aking katawan. Napagtanto ko na bilang isang may sapat na gulang, hindi ko lamang pinabayaan ang aking katawan, ngunit okay din ang pakiramdam tungkol dito dahil karamihan sa aking mga produktibong gawain ay may kinalaman sa paggamit ng aking isip. Sa palagay ko ay medyo natangay ako sa ating modernong kultura."

"Napakagandang obserbasyon," sabi ni Dr. Vreda. "Ang realization na mayroon ka ay maaaring maging kapa-ki-pakinabang. Natutuwa akong naging kapaki-pakinabang iyon sa iyo."

"Okay, ang pangalawang aralin ay nasa gears. Mayroon ba sa inyo na nakahanap ng kapaki-pakinabang doon na gusto mong ibahagi sa amin?"

Tumugon si Rob sa isang ito at sinabing, "Ang pagpapali-wanag lamang nito sa mga tuntunin ng mga gear ay lubhang nakatulong para sa akin na malaman kung ano ang nangya-yari kapag ang pakiramdam ko ay bumuti o mas masahol pa sa pag-iisip.

Sa palagay ko, mas madalas akong nakaalis sa unang gamit at tinatanggap din ang neutral bilang isang lehitimong lugar kung minsan."

"Magpatuloy tayo sa Aralin 3, na tungkol sa pag-un-awa sa daan."

Isang babae ang nagsalita at nagsabing, "Oh, iyon ang paborito kong aralin! Nakuha ko ang larawan ng kalsada sa aking refrigerator at gumawa ng mga kopya para sa ilan sa aking mga kaibigan. Sana ito ay ayos lang?"

Nagtawanan ang mga miyembro ng klase at si Dr. Vreda, at sinabi niya, "Hindi ko sasabihin kahit kanino kung hindi mo sasabihin. Ano ang nagustuhan mo sa kalsada?"

Nagpatuloy ang babae, "Hindi ko alam. Nagkaroon lang ng maraming kahulugan. Sa palagay ko ang ideya na naging pinakamakahulugan sa akin ay ang mga mental rumble strips ay isa na ngayong babala sa akin. Ngunit bago ang klase, sila ay simula pa lamang ng pakiramdam ko na kailangan kong pag-isipan ang higit pa tungkol sa kung ano ang iniisip ko."

"Wow, iyan ay kahanga-hanga," sabi ni Dr. Vreda. "Sana alam ng lahat iyon. Huwag mag-atubiling patuloy na ipasa ang mga larawang iyon sa paligid."

"Ang Aralin 4 ay tungkol sa mga panggatong. Anumang mga komento o mga bagay na nakita mong kapaki-pakinabang sa araling iyon?" sabi ni Dr. Vreda.

Si Linda ang unang sumagot at nagsabing, "Iyon ang unang beses kong pumasok sa klase at malaki ang naging epekto nito sa akin." Si Rob play ay ganap na sumali at sinabing, "Oo, halos gabi-gabi siyang naliligo!"

Nagtawanan ang mga miyembro ng klase at si Dr. Vreda at nagpatuloy si Linda, "Mahirap sabihin kung ano ang nagawa nito para sa akin, ngunit medyopaano ang pakiramdam ko ay medyo mas ligtas at mas mapayapa— na parang naramdaman ko noong bata pa ako kapag wala. maraming alalahanin."

Nagkomento si Dr. Vreda kung paano iyon nagawa para sa kanya ng mga pagtuturo ng mga araling ito, sa paraang mahirap ilarawan. "Nakita namin kung paano nabuo ang mga aralin sa isa't isa, at noong nakaraang linggo sinubukan naming gamitin ang mga ideya mula sa mga aralin, hindi lamang sa pagmama-neho kundi pati na rin sa pagpipiloto sa mas mataas na antas. May nais bang magbanggit ng anumang bagay na maaaring makatulong sa araling iyon?" tanong ni Dr.Vreda.

Sabi ng isang lalaki sa klase, "Ang bahagi tungkol sa pag-payag sa Diyos na bigyan ako ng direksyon sa buhay ko ay talagang naging hamon sa akin. Sa tingin ko ay maaari itong mangyari ngunit huwag tayong umasa nang sobra."

Nagmukhang seryoso si Dr. Vreda, at sinabing, "Talagang pinahahalagahan ko ang iyong katapatan. Akala ko bawat isa sa inyo ay dumating sa klase na ito na may pag-asang makakuha ng tulong para sa inyong buhay. Karamihan sa mga tao ay walang dagdag na oras upang gumawa ng isang bagay na mabuti para sa kanilang sarili maliban kung talagang kailangan nila ito."

Ang mga komento ni Dr. Vreda ay nagpaalala kay Rob na bagama't nasiyahan siya sa mga aralin at kapansin-pansing bumuti ang pakiramdam sa nakalipas na ilang linggo, hindi pa rin siya nakakahanap ng trabaho at pakiramdam niya ay wala siyang direksyon sa ilang bahagi ng kanyang buhay. Ang real-isasyong iyon ay naging mas makabuluhan sa kanya ang mga sumunod na komento ni Dr. Vreda.

"Gusto kong bigyan ang bawat isa sa inyo ng garantiya ngayong gabi. Mula sa sarili kong karanasan, kung patuloy kang magmaneho, magsanay sa mas matataas na mga gears nang mas madalas, manatili sa kalsada nang mas madalas, gumamit ng mas magandang timpla ng gasolina, at manatili sa mas mataas na altitude, sagot at darating ang direksyon. Napag-alaman kong bumubulong ang Diyos, at kapag mas madalas tayong magkaroon ng tahimik at malinaw na pag-iisip, mas naririnig natin ang mga bulong. Mas makikilala mo ang mga bulong na iyon kapag napagtanto mong may kasamang kapayapaan at kagalakan ang mga ito. Doon pumapasok ang mas mainit-init."

"Nagkaroon kami ng kasiyahan sa mga klase na ito at umaasa ako na ito ay naging isang mahusay na paggamit ng iyong oras. Marami pa tayong maaaring pag-usapan, ngunit nais kong tapusin sa pamamagitan ng paghikayat sa bawat isa sa atin na gawin itong panghabambuhay na pagsisikap at pakiki-pagsapalaran upang magkaroon ng higit na pananampalataya, pag-asa, at pagmamahal.

Habang nagiging regular na bahagi ng ating pamumuhay ang mga iyon, mas madalas tayong makakaranas ng kagalakan. Ang kagalakang iyon ay magiging isang malalim na pagmumulan ng feedback sa atin na tayo ay patungo sa tamang direksyon, kahit na ang mga oras ay maaaring mahirap. Taos-puso akong umaasa na ang mga bagay na napag-usapan natin sa set ng mga aralin na ito ay makakatulong sa iyo na makahanap ng kagalakan nang mas madalas. Salamat ulit sa pagiging napakagandang grupo."

Tungkol sa May-akda

Ace et Lei Abao

Ryan J. Hulbert

Si Ryan J Hulbert, Ph.D., ay nagtapos sa Brigham Young University, at tumanggap ng kanyang titulo ng doktor sa klinikal/komunidad sikolohiya mula sa University of Nebraska-Lincoln. Noong 1986, natapos niya ang isang research fellowship sa Catholic Universityng Louvain, Belgium kung saan ang kanyang pagkahumaling sa papel ng oras ang nagsimula ang pananaw sa paggana ng tao.

Nagsilbi si Dr. Hulbert bilang isang staff psychologist at Direktor ng Pananaliksik sa Cherokee Mental Health Institute sa Cherokee, Iowa sa pagitan ng 1988 at 1993. Siya ang Punong Sikologo ng BPA Behavioral Health sa loob ng 8 taon at naging Clinical Service vices Administrator para sa Idaho Department of Juvenile Cor rections mula 2001-2009.

Noong 2010, tumulong siya sa inisyal pagbuo ng programa para sa Correctional Alternative Placement Program (CAPP) ng Management & Training Corporation, sa Idaho.

Siya ang may-akda ng ilang mga artikulo sa mga propesyonal na journal, nagtanghal ng maraming workshop, at siya ang may-akda ng mga aklat; The Sun Is Always Shining, Drivers' Ed for the Brain, and Growth Rings, Alin Ang Nauna, ang Kaluluwa o ang Ego?, at Are You Settling for Half of the Rainbow?.

Ang nagtatag ng EPIC Psychological Services, kasama ang Ang "EPIC" bilang isang acronym para sa "Empowering People in Communities," ang propesyonal na misyon ni Dr. Hulbert ay pasiglahin ang nagpapagaan, nagpapainit sa puso, at nagpapataas ng kalusugan ng kanyang mga kliyente.

Mga Pagkilala

Nais kong ipahayag ang aking malalim na pasasalamat para sa mga tao na lubos na nakatulong sa pagkumpleto ng aklat na ito. Sa aking maybahay, Theresa, na ang aking pinakamalaking suporta at nag-type ng orihinal na manuskrito. Ang aking tag-apagturo sa pananaliksik, Willy Lens, ng Catholic University ng Louvain, Belgium ay unang ipinakilala sa akin ang nakakain-triga at makapangyarihag papel ng pananaw ng oras sa paggana ng tao. Sina William Pettit MD, at George Pransky, Ph. D. ay nag nagbigay ng maraming inspirasyon sa pagtanaw sa mga tao bilang natural na malusog at kung minsan ay nangangailangan ng patnubay upang simulang matanto ang kanilang likas na lakas. Si Travis Frederickson, ang nagtatag ng Creating Change, ay nagbigay ng lubos na paghihikayat, kabilang ang pag print ng paunang bersyon ng aklat noong 2017. Si Rochelle Fowler ang naghanda ng manuskrito para sa paglilimbag, at si Dr. Marwan Sweedan na nagbigay ng kapaki-pakinabang na mga pananaw at masigasig na nagtulak para sa paglalathala nito. Si Marijke Grant na gumawa ng panghuling pag format ng aklat.

It ay isang masayang karanasan na sinusubukang ihatid ang simple ngunit makapangyarihang mga konsepto sa pamamagi-tan ng istilo ng pagtuturo ni Dr. Vreda.

PARA SA KARAGDAGANG IMPOR-

MASYON BISITAHIN KAMI SA

DRIVERSEDFORTHEBRAIN.COM

www.ingramcontent.com/pod-product-compliance
Lightning Source LLC
Chambersburg PA
CBHW060408290526
45791CB00002B/652